புன்னகை பூவே

சரண்யா தேவி குமரவேல்

புக் வெஞ்சர்ஸ்

புன்னகை பூவே
ஆசிரியர் © **சரண்யா தேவி** குமரவேல்

முதற்பதிப்பு 2021
பக்கங்கள் 132

Published by Book Benchers 2021

ISBN 978-93-91423-06-3
ThebookBenchers@gmail.com
Contact 9944992571
Afflicated By
Aelay Publish
www.aelaypublish.com

புன்னகை பூவே

மனிதனாய் பிறந்த ஒருவனும் புன்னகைத்திருப்போம்...
புன்னகை என்பது வெறும் மகிழ்வின் வெளிப்பாடல்ல...

சில நேரங்களில் பல வலிகளையும் கவலைகளையும்
மறைப்பதற்காக புன்னகைத்திருப்போம்...

வலியின் புன்னகைக்கு மிகப்பெரிய சக்தி உண்டு..

புன்னகை வீசிடும் பார்வைகள் அழகு...
வார்த்தைகள் தீர்கையில் மௌனங்கள் அழகு...
நன்மைக்கு சொல்லிடும் பொய்களும் அழகு...

வலியை தாங்கி கொண்டு சிரிக்க பழகிவிட்டால்
எதையும் கடந்து விடும் துணிச்சல் வந்துவிடும்...

இவர் பெயர் சரண்யா தேவி குமரவேல்.
இன்று பலரின் கையெழுத்திற்கு காரணமான கர்மவீரர் காமராசர் பிறந்த விருதுநகர் மண்ணைச் சேர்ந்தவர்.
கணினித்துறையியல் பட்டதாரி.
தந்தையின் காதலில் திளைக்கும் இளவரசி இவர்.

இவள் என்னவனின் நினைவில் என்ற படவரி கணக்கின் வழியே வார்த்தைகளின் வருணிப்பான கவிதையை வழங்குகிறார்.
இவர் ஐந்துக்கும் மேற்பட்ட புத்தங்களில் இணை எழுத்தாளராக பணியாற்றியுள்ளார்.

"அன்பெனும் பெருவெள்ளம் இழுக்குமேல்
அதனை யாவர் பிழைத்திட வல்லரே!"
என்ற பாரதியாரின் கொள்கையுடையவர்

கெட்டி மேளம்

சங்கை நகரை சேர்ந்தவன் 31 வயதான கல்யாண ராமன். இவன் அச்சுற்றுவட்டார பகுதியில் திருமணம்,கோவில் திருவிழா உள்ளிட்ட பல சுபநிகழ்ச்சிகளில் வாத்திய குழுவினருடன் மேளம் கொட்டும் வேலையை செய்துவருகிறான். வீட்டிற்கு மூத்த பிள்ளையான கல்யாண ராமன் ஓட்டு வீட்டில் வயதான அப்பா , பார்வை இழந்த அம்மாவுடன் வசித்து வருகிறான். தம்பி சேது அண்ணனுக்கு திருமணமாவதற்கு முன்பே பக்கத்து வீட்டு பெண்ணை காதல் திருமணம் செய்து கொண்டு தனிக்குடித்தனம் சென்றுவிட்டான். தனது தாய் , தந்தையை தனி ஒருவனாக பராமரித்து வருகிறான். பல திருமணங்களுக்கு கெட்டிமேளம் கொட்டும் கல்யாண இராமனுக்கு திருமண வரன் இன்னும் கூடிவரவில்லை. காரணம்,அவனின் பார்வையற்ற தாயும் , பார்கின்ற வேலையும் தடங்கலாய் அமைந்தது. கடந்த ஒரு வருடங்களுக்குள் பார்த்த பல வரன்கள் வீடு பார்ப்பதோடு நின்றுவிட்டது. இன்று அவன் பார்க்க போகும் பனையூர் வரன் ஐம்பதாவது வரன். இந்த வரனாவது நல்லபடியாக அமையுமா, அமையாத என்ற கவலையுடன், சிந்தனையில் மூழ்கினான் கல்யாண ராமன். என்ன நடந்தாலும் இதுதான் என் கடைசி வரன்தேடல் இனி நான் வரன்பார்க்க செல்லமாட்டேன் , என மனதிற்குள் குமுறினான். பனையூர் விலக்கில் பெண்வீட்டார் காத்திருந்தனர் . தனது சுற்றத்தாருடன் பெண்வீட்டிற்குள் நுழைந்தான்

கல்யாண ராமன். பெண்ணின் அம்மா, சித்தப்பா, சித்தியை வணங்கி இருக்கையில்,அமர்ந்தான். தேர்வு முடிவிற்க்கு காத்திருக்கும் மாணவன் போல் அவன் உள்ளம் பதைத்தது. தரகர் " பொண்ண வரச்சொல்லுங்க" என்று கூறியதும் அவன் உடல் நடுங்கியது. எளிய அலங்காரத்தில் அன்ன நடையோடு தன்தோழியருடன் வந்த சீதா பெரியவர்களை வணங்கி விட்டு நாணமிகுதியால் மின்னல் வேகத்தில் அறைக்குள் மறைந்தாள். கல்யாண ராமனின் அத்தை முறையுடைய ஒருவர் "பொண்ண எங்களுக்கு ரொம்ப பிடிச்சிருக்கு... உங்க சம்மதத்த சொன்னீங்கனா மேல ஆகுறத பாக்கலாம்" என பேசத் துவங்கினார். அதற்குள் சீதா அறையில் இருந்து அவளது தோழி வேகமாக ஓடி வந்து பெண்ணின் சித்தியின் காதில் ஏதோ கூற ...சித்தி கல்யாண ராமனை சீதாவின் அறைக்கு அழைத்துச்சென்றாள். அறையை நெருங்குவதற்குள் ஆயிரம் எண்ணங்கள் கல்யாண ராமனுக்குள்... அறையை நெருங்கியதும் சித்தி நீங்கள் உள்ளே செல்லுங்கள் நான் இப்போது வருகிறேன் என்று கூறி வெளியே சென்றாள். சீதா சன்னல் கம்பியை கையால் உரசியபடி கல்யாண ராமனிடம் பேசத் தொடங்கினாள். உங்களுக்கு என்னை பிடித்திருக்கிறதா என்று கேட்டாள். கல்யாண ராமனுக்கு இது புது அனுபவமாக இருந்தது.. நம்பிக்கை பிறந்தது. ஆனந்த கண்ணீரால் மனந்தடுமாறியது...பிடித்திருக்கிறது என்று கூறி நின்றான்...சீதா"எனக்கும் உங்களை பிடித்திருக்கிறது என்று கூறி முடிப்பதற்குள் கல்யாண ராமன் வானத்தில் பறப்பது போல் உணர்ந்தான். ஆனால் ஒரு நிபந்தனை உள்ளது அதற்கான தங்களின்

பதிலில்தான் என் முடிவு உள்ளது என்றாள்.. மீண்டும் பதற்றத்துடன் என்ன நிபந்தனை என்று கேட்டான் கல்யாண ராமன் . என் தந்தை சில ஆண்டிற்குமுன் இறந்துவிட்டார். தாயார் அரவணைப்பில்"மட்டுமே வளர்ந்துவந்தேன். இதுவரை அவளுக்கு நான் எனக்கு அவள் என வாழ்ந்து வந்தோம். திருமணத்திற்கு பின் தாயை பிரிந்து வரமுடியாது தாயை என்னுடன் அழைத்துவர சம்மதித்தால் நான் இந்த திருமணத்திற்கு சம்மதிக்கிறேன் என்றாள். நிசப்தம் கூடிக்கொண்டிருந்த அறையில் கல்யாண ராமன் பெருமூச்சுடன்... சீதா கையை பிடித்தபடி இன்றுமுதல் எனக்கு இரண்டு தாய் என்றான். இருமனமும் இணைந்தது கல்யாண ராமன்- சீதா மனத்திற்குள் கெட்டி மேளச்சத்தம் கொட்டியது. ஐப்பசியில் திருமணம் முடிவாகி தேதி குறித்தனர்..தாம்பூலம் மாற்றினர்... பல வலிகளை கடந்த பின் இருமனமும் மகிழ்ச்சியில்"நனைந்தது. வலிகளை மறந்தது.

சு. கோகிலா

களையாத மூடநம்பிக்கையும், கலந்த மனமும்

வீதியில் இருந்த குடி இன்று குடிசையினுள் சென்றதால் பல குடும்பங்கள் குடிசையில் இருந்து வீதிக்கு செல்லும் நிலைமை உருவாகி கொண்டுதான் உள்ளது. அவற்றில் இங்கும் ஓர் குடும்பம் குடியால் பல சிரமங்களுக்கு உள்ளாகிறது. பிறந்த வீட்டில் மட்டும் அல்லாமல் புகுந்த வீட்டிலும் கஷ்டங்களை அனுபவிக்க போகும் அவள், தன்னை காலமெல்லாம் காப்பாற்றுவான் என நினைத்து ஒருவனை பெற்றோரால் நிச்சயிக்கப்பட்டு கரம் பிடித்தாள். அவளது வாழ்வும் புகுந்த வீட்டில் சந்தோச மகவும் இன்பமாகவும் எதிர்பார்ப்புகளுடனும் ஆரம்பித்தது அந்த வாழ்க்கை. சில மாதங்களுக்கு பிறகு அவளுக்கு ஒரு ஒரு குழந்தை பிறந்தது. பிறந்தது பெண் குழந்தை. அவள் கணவனுக்கு அது பேரதிர்ச்சியை தந்தது. அதனால் மனமுடைந்த அவன் குடிக்கு அடிமையானன். சில காலம் சென்றது அவன் மற்றொரு குழந்தைக்கும் தந்தை ஆனான். ஆனால் அதுவும் பெண் குழந்தை ஆகி போனது. இரண்டும் முல்லை செடி ஆகி போனதால் மறு குழந்தையை பார்க்க கூட வராத அவன் குடிக்கு மட்டுமே அடிமை ஆனான். அதுவே காலப்போக்கில் அவனுக்கு விஷமாக மாறி அவன் உயிரை குடித்தது. அவனை கரம் பிடித்த அவளுக்கு அவனால் எந்த ஒரு சந்தோஷமும் கிடைக்கவில்லை. கண்ணீர் தான் காலமென கழிந்தது. அதை ஒரு பக்கத்தில் பூட்டி வைத்து விட்டு துணிச்சளோடு எழுந்தாள், தன் கண்ணீரை

துடைத்தாள். ஈருயிறாய் இருந்து அதில் ஓருயிரை இழந்தப் பின்னும் தன்னையே துணை நம்பி இருக்கும் இரு முல்லைச்செடிகளுக்காக (இரு பெண் குழந்தகள்)வாழ ஆரம்பித்தாள்.இரு செடிகளுக்கும் தண்ணீர் ஊற்றி செழிப்பாக வளர்க்க வேண்டிய கடமை அந்த தாயின் கையில் இருந்தது. அதற்காக இரவும் பகலும், வெயிலும் மழையும் என பாராமல் உழைத்தாள். திருமணத்திற்கு பின் பல கனவுகளோடு நிறைந்த மனது, இப்போது பல கடமைகளால் மட்டுமே நிரம்பி இருந்தது. அவள் ஆதரவில் இரு முல்லைச்செடிகளும் செழிப்பாக வளர ஆரம்பித்து அவளுக்கு இன்பத்தையும் மனதிற்கு குளிர்ச்சிச்சியையும் அளித்தன. அவ்வாறு இருந்த முல்லை ச்செடிகள் முல்லைக்கோடியாக மாற ஆரம்பித்தன. வளர்ந்து கொண்டே இருக்கும் நிலையில் ஒரு முல்லைக்கொடி தன் வழி மாற ஆரம்பித்தது. ஒரு புளிய மரத்தின் (ஆணின்)நிழலில் (அன்பில்)குளிர்காய ஆரம்பித்தது. புளிய மரத்தின் காதலில் தன் மனதை திறந்து தன் கொடியின் ஒரு கிளையை மரத்தின் மேல் படர ஆரம்பித்தது. அதை கண்ட ஊராரும் இரு குடும்பத்தினரும் அவைகளை(அவர்களை)பிரிக்க எண்ணியதால் பல இன்னல்களை அவை சந்திக்க நேர்ந்தது. பிரிக்க காரணம் அவை (அவர்கள்)வெவ்வேறு ஜாதியாம். வெவ்வேறு ஜாதிகள் ஒன்றிணைய கூடாதாம், இணைந்தால் அவர்களின் கௌரவத்தில் துளை ஏற்படுமாம். எனவே புளியமரத்தின் கிளையில் நீட்டி இருந்த முல்லைக்கொடியை வெட்டி விட்டார்கள். அந்த முல்லைக்கோடி பல கண்ணீர் துளிகளால் நனைந்தது. புளியமரமும் தன் இலைகளை

சோகத்தில் ஒவ்வொரு நாளும் உதிர்த்தது. தன் அம்மாவின் கஷ்டங்களையும் கண்ணீரையும் பார்த்த அந்த முல்லைக்கொடி தன் நறுக்கிய கிளையை படராமல் (நியாபங்களை) அப்படியே தேக்கிக்கொண்டு, வேறொரு பக்க கிளையை படர்க்க ஆரம்பித்தது. ஆனாலும் அந்த முல்லைக்கொடி படர்ந்ததே தவிர தன் மொட்டுக்களை மலராமல் அப்படியே உதிர்த்தது. தன் தேனை தான் விரும்பிய கள்வனை தவிர வேறொரு வண்டு அருந்த இடம் தராமல் உருவான மொட்டுக்களை உருவானப்படியே உதிர்த்தது. தன் தாயின் அசைப்படி அவளின் கனவுகளை அந்த இரு முல்லைக்கொடிகளும் நிறைவேற்றின. பெண் குழந்தை பிறந்ததற்காக மனமுடைந்து குடிக்கு அடிமையாகி உயிரிழந்த தந்தையுன் பெயரை இன்று அந்த இரு முல்லைக்கொடிகளும் (பெண்களும்) நிலை நிறுத்தினர். இன்னாரின் பிள்ளை தான் இவர் என்பது மறைந்து இன்னாரின் பெற்றோர் தான் இவர்கள் என ஊர் கூறும் நிலைமைக்கு வளர்ந்தன அந்த முல்லைக்கோடிகள். இது ஒரு புறம் இருக்க அந்த முல்லைக்கொடி சோகத்தில் மூழ்கி தன் காதலின் நினைவுகளில் வருந்திகொண்டிருந்தது. புளிய மரமும் முல்லைக்கொடி படர்ந்து வெட்டிய இடத்தில் துண்டுபட்ட கிளையின் மிஞ்சிய கொடியை தன்னில் வைத்துக்கொண்டே அதன் நினைவில் காலம் கழித்து கொண்டிருந்தது. சோகத்தில் தன் இலைகளை எல்லாம் உதிர்த்து பசுமை காண மரமாக நின்றது. நாளுக்கு நாள் முல்லைக்கொடியின் நிலையையும் புளிய மரத்தின் நிலையையும் நினைத்து இரு வீட்டிலும் சோகங்கள் நிலவின. காலம் செல்ல செல்ல தாக்கு பிடிக்க

இயலாமல் இருவர் வீட்டிலும் ஜாதி இன்னும் முகமூடி கலண்டு அன்பு என்னும் அமிர்த ஊற்று ஊற ஆரம்பித்தது. இரு வீட்டிலும் சம்மதித்து முல்லைக்கொடியும் புளிய மரமும் இணைய ஆரம்பித்தது. பல வலிகளுக்கும் இன்னல்களுக்கும் பின் புளிய மரத்தின் மேல் முழுவதுமாக முல்லைக்கொடி படர்ந்தது. அவற்றின் வாழ்வும் செழித்தது. முல்லைக்கொடியில் முல்லை மொட்டுக்கள் விரிந்தது.புளிய மரத்தில் பசும் இலைகள் துளிர்ந்தது.புளியமரம் தன் நிழலில் முல்லைக்கொடியை காயவிடாமல் அரவணைத்துக் கொண்டது.அவைகளின் வாழ்வில் வலிகள் மறந்து இன்பங்கள் இறைய ஆரம்பித்தன....

பார்கவி. இரா

புன்னகை பூக்க மறக்காதீர்கள்!!

தீர்க்கமான பார்வையின் ஊடே திளைப்பான எண்ணத்தை பிடித்து,
அமைதியே பேருருவாய் அந்த மலை அடிவாரத்தில் இளைப்பாருவது தான் அவனின் அன்றாட வேலையாக இருந்தது , தேவையாகவும் கூட .....!
அசையும் நினைவுகளை கொஞ்சம் அசைத்து கொண்டு இருந்தான்.....!
காதலி பிரிந்து போன துக்கம் தாளாமல் ஒரு வாலிபன் ஓடோடி வந்து உயிர் துறக்க கடைசி விளிம்பில் நுனியை பற்றி கொண்டு நின்றிருந்தான்.....!
எண்ண அலைகளில் அலைக்களிக்கபட்டு கொஞ்சம் ஆசுவாச படுத்த அமர்ந்தும், அழுகையே பிரதானமாக இருந்தது....! சொல்லொன்னா துயரம், சொந்தம் மரித்த துன்பம்.....! தூரத்தில் ஒருவன் விஷத்தை கையில் ஏந்தி பிடித்து ஈன ராகம் பாடுகிறான் இயற்கையோடு....பாவம் அந்த மலைக்கு என்ன பேச தெரியும் அமைதியாய் இருந்தது இவ்வளவு நேரம் விசத்தோடு பேசியவன் இப்பொழுது வெறும் காற்றில் பேசினான் ,.....என்ன தான் இருந்தாலும் நீ என்ன விட்டு போயிருக்க கூடாது டி ,என்ன தான் இருந்தாலும் நானும் உன்ன விட்டு இருக்க கூடாது டி......கோ வென்று அழரும் சத்தம்.....சாக வந்த இடத்தில் தன்னை போல ஒருவன் மரண ஓலம் கேட்டும் அவனை மறுக்க முடியாமல் ஒரு மனநிலை.....தன்னை சமன் செய்யவே தனக்கு தகுதி இல்லை என்ற உறுத்தல், என்ன நினைத்தானோ திடீர் என்று
அழுகை சப்தம் நின்றது

உயிரும் போனது என்று தான் நினைத்து அருகில் சென்றால் வானத்திடம் பேச்சு வார்த்தை நடத்தி கொண்டு இருந்தான்.....ஒரு முறை அவ எனக்கு ஒரு கதை சொன்னா ஒரு ஊர்ல ஒரு அழகிய ஆண்மகன் இருந்தான் அவனுக்கு காசு, பணம், சொந்தம், பந்தம் ,பாசம் என்று எதுக்கும் பஞ்சம் இல்லாம வளந்தவன் ஒரு நாள் காதல் வந்தது கூடவே தோல்வி வந்தது, ஊரில் பஞ்சம் வந்தது எடுத்து இரைத்தான் தன் அத்தனை ஆஸ்திகளையும் ஓட்டாண்டியாகி போனான் , திடீர் என்ற விபத்தில் பெற்றோரை இழந்தான், பணம் இல்லாமல் போனதால் சொந்தம் பந்தம் என எல்லாம் விட்டு போனதாம், இருந்து மட்டும் என்ன செய்ய போகிறோம் என்ற மனநிலையில் சாக துணிய கூடிய ஒருவன் இன்றும் சிரித்து கொண்டே பல பேரை சிரிக்க வைக்கிறான், கையில் எதுவும் இல்லை, சொத்துக்கள் இல்லை, பந்த பாசம் எதுவுமே இல்லை நமக்கான அனைவரும் விட்டு போன போதும் யாரும் இல்லை என்று யாரும் சொல்லாத அளவிற்கு அவனிடம் இப்பொழுது பெரிய சொந்தம் இருக்கிறது அதில் அவன் அனைவருக்கும் தாயாய் இருக்கிறான்.
அண்ணனாய்
இருக்கிறான்,தம்பியாய்,மாமாவாய்,அனைத்து உறவுமாய் இருக்கிறான் அனைவரிலும் வாழ்கிறான். நம்ம கூட இருக்கிற எல்லாரும் ஒரு நாள் நம்ம விட்டு தா போக போறாங்க போனவங்க ல மட்டுமே நம்ம சுமந்து கொண்டு இருந்தால் இருப்பவர்கள் தூரமாக தான் தெரிவார்கள். இதெல்லாம் நீ தான டி எனக்கு சொன்ன அதுக்காக நான் சாகல....என்று கதையை வானத்திடம் முடித்தான். எழுந்து சென்று

விட்டான். சாக வந்த இடத்தில் இவ்வளவு பெரிய கற்றலா நினைத்து நினைத்து பூரித்து போய் ஈர புன்னகையை இரைத்து கொண்டு இருக்கிறான் இன்று வரை அதே மலை அடிவாரத்தில் பல குழந்தைகளின் அன்னையாய்,....
தாயுமாகி நிற்கிறான்....!

மாளவிகா இராசேந்திரன்

வறுமையின் புன்னகை

அவன் பெயர் ராஜு அம்மா, அப்பாவிற்கு ஒரே மகன் வறுமையில்
வாடும் ஏழ்மையான குடும்பம் அவன் அவன் பெற்றோரின் மகிழ்ச்சிக்காகவே வாழ்ந்தான். பள்ளி பருவத்தில் இருந்து அன்பாவன் நல்ல மனிதனாக வளர்ந்தான். அவன் உடன் சேர்ந்து கவிதை எழுதும் பழக்கமும் வளர்ந்தது. நல்ல முறையில் கல்லூரியை முடித்தான். ஒரு சிறிய வேலை கிடைத்தது. குடும்பத்துடன் மகிழ்ச்சியாக இருந்தான்.அவன் உடன் வேலைபார்க்கும் அனைவரிடமும் அன்பான பழகினான். அவனுக்கு அலுவலகத்தில் உடன் பணிபுரியும்தோழி அவன் மீது காதல் கொண்டாள் அவன் குடும்ப சூழ்நிலை நினைத்து வேண்டாம் மறுத்தான். அவளின் அதீத அன்பால்
அவனிடம் காதல் மலரிந்தது. இரண்டு ஆண்டுகள் கடந்தன, அவள் திருமண செய்து கொள்வோமா என கேட்க அவன் மறுத்தான்.ஒரு வருடம்
கழித்து செய்துகொள்வோம் என்றான். நான் எதிர் பார்த்த வேலை கிடைத்துவிடும் நாம் மகிழ்ச்சியாக வாழலாம் என்றான், அவள் மறுத்தால், அவன் மீண்டும் தன்நிலை பற்றி கூற அவள் ஏற்க மறுத்துவிட்டாள். காதல் பிரிவு வீட்டில் பார்த்த மாப்பிளையை திருமணம் செய்து கொண்டாள். மனம் நொறுங்கி போனான், அதில் இருந்து மீள முடியவில்லை, பெற்றோரின் அரவணைப்பு கொஞ்ச மாற்றி அந்த வலியினை மறந்து வாழ பழகினான். சில நாட்கள் கழித்து அவன் எதிர்பார்த்த வேலை கிடைத்தது. மிகவும் மகிழ்ச்சி அடைந்தான். இந்த

செய்தியினை கூற வீட்டிற்கு சென்றான். அங்கு அவனுக்கு அதிர்ச்சி காத்திருந்தது, அவன் தந்தை உடல் மிகவும் மோசமான நிலைக்கு சென்றது, உடனே மருத்துரிடம் அழைத்து செல்ல அங்கு மருத்துவர் உடனே அறுவை சிகிச்சை செய்ய வேண்டும்.மனம் உடைந்து போனான், சிகிச்சை முடிந்து ஒரு மாதம் அவரை பார்த்து கொள்ள வேண்டும் என மருத்துவர் கூறினார், உடனே சரி என்றான், தன் வயதான அம்மாவால் அவரை பார்த்து கொல்ல முடியாது என தன் கனவினை மறந்து தந்தையை கவனிக்க தொடங்கினான்.அவன் தந்தை உடல் குணமானது பெற்றோருடன் மகிழ்ச்சியாக இருந்தான். இவனை போலவே பலர் வலியினை மறைத்து அதனை புன்னகையாய் கொண்டு இந்த உலகினில் வாழ்கின்றனர்.

இதய தூரிகன்

ஒரு ஆண் பிள்ளையின் வலியோடு புன்னகை...!

அவன் முதல் வலி..
பிறந்த ஒன்பது வருடங்களில்
அவன் தந்தையை இழக்கிறான்,
தாய்மையை கொடுத்த அவன் தாயோ அந்த
நிமிடமே விட்டுச்செல்கிறாள்,
அந்த பிள்ளையின் வலியோடு பரிதவிப்பு
முடிவென்று நினைக்கிறான்...
அதுவே அவன் தொடக்கம் என்று தெரியாமல்
போனதே...?!
சில நாட்கள் கழித்தே உற்றார் உறவினரோ
அந்த ஆண்பிள்ளையை சிறுவயதிலே
தவிக்கவிட்டே செல்கிறார்கள்..
போவதற்கோ இடமில்லாமல்
அவன் வாழ்ந்த தெருக்களிலே காலத்தை
கழிக்கிறான்..
பசியோ அவனை வாழ வேண்டும் என்று
ஊக்குவிக்கிறது..
**“பணம் இருந்தாலே பசி போகும் என்ற எண்ணம்
அவன் அறிந்து கொள்கிறான்”**
நாட்களோ கழிகின்றது..
சிறு சிறு வேலையை செய்து கொண்டு ,
புன்னகையை வெளிப்புறத்தில் மட்டுமே
காட்டிக்கொண்டு வலியோடு வாழ தொடங்குகிறான்
..

**“நல்ல விடியல் பிறக்கும் என்ற
நம்பிக்கையோடும்”**
சுயநலமாக இருக்கும் இந்த மனிதர்களிடையே
நல்ல மனிதர்களும் இருப்பார்கள்

என்று தெரிந்து கொள்கிறான் அவன்...
நாட்கள் மட்டுமே கழிந்தது,வயதில் வளர்ந்து வந்தான்
ஆனால் வாழ்க்கையில் வளரவில்லை...?!
ஆனாலும் அவன் புன்னகையோடு வலியை மறைத்து வாழ்கிறான்...
அவன் கைத்தொழில்களை கற்றுக்கொள்கிறான் வாழ்க்கையில் வளரவே....
பல நாட்கள் கழித்தே
“காயமுள்ள மனிதருக்கு காதல் வரும் என்று அவன் அறிந்து கொள்கிறான்”
அவன் வாழ்வில் பல பெண்ணை கடந்து சென்று இருக்கிறான் ஆனாலும் ஒரு
பெண்ணிடம் தாய்மையை அறிகிறான்
அவளையே மணக்க வேண்டும் என்று பரிதவிக்கிறான்,
காதல் அலையோ அடிக்கிறது அவனுக்குள்..
பின்னர்....,
அவன் நினைத்தது போலவே அந்த இறைவனும் ஆசைப்பட்டதேஅளித்தான்..!
அவனின் முதல் மகிழ்ச்சியின் புன்னகை.. நாட்கள் கழித்து........
“ஒரு பெண் நினைத்தால் எல்லாம் சாத்தியமே என்று தெரிந்து கொள்கிறான் அவன் மனைவியிடம்”...
இருவரும் சேர்ந்து வளர்ச்சியை அடைய வேண்டி வருகிறார்கள்...
நாட்கள் அழகாக நகர்ந்தது அந்த ஆண்பிள்ளைக்கு....!
இரு பிள்ளைகள் பிறந்தார்கள் அவனுக்கு...
கஷ்டங்கள் இருப்பினும் வலியோடு
புன்னகைக்கிறான்.. இனி இன்னும் சம்பாதிக்க

வேண்டும் என்று ஊக்குவிக்கிறது
அவன் மனதே...!
அன்று ஒரு நாள் கற்றுக்கொண்ட கைத்தொழிலே
வாழ வழிவகுத்து.... துடங்கியது
அவன் வாழ்க்கைஅவனது பிள்ளைகளுக்காக
கஷ்டங்கள் மத்தியில்
பிள்ளைகளின் சிரிப்புகாக வலி மறைத்து
சிரிக்கிறான் அவன்..
மகிழ்வும்,வலியோடு புன்னகையும் இணைந்தபடியே..
பிறகு, அவன் சிந்தனை கஷ்டங்கள் இருந்தாலும்
காயங்கள் இருந்திருந்தாலும்,,
“வலியோடு புன்னகைப்பது கூட பிறர்
சந்தோஷத்தின் காரணமே”
என்று அறிகிறான்....

கலைச்செல்வி

நல்ல மனிதர்

வடக்கம் பட்டி என்னும் சின்ன ஒரு கிராமம்
அக்கிராமத்தில் மணியும் முத்துவும் வாழ்ந்து வந்தனர்...
இருவரும் நெருங்கிய நண்பர்கள்
சமுதாயபணி செய்வதும். ஊருக்கு
தேவையானவற்றை ஆட்சியர் அலுவலகத்தில் மனு
கொடுத்து ஏற்படுத்தி தருவதும் என இருந்தனர்..
இருவருக்கும் உறவு என்று சொல்லி கொள்ள யாரும் இல்லை...
அதனால் ஊர் மக்கள் அனைவரும் அவர்களுக்கு
உணவு கொடுப்பதும்
தங்குவதற்கு சிறிய வீடு ஒன்று கொடுத்து உதவி
செய்து வந்தனர்..
ஒரு நாள் ஊர் மக்கள் சிலர் தண்ணீர் குழாய்
வேண்டுமென்று பேசிக் கொண்டிருந்தனர்.....
குடிநீருக்கு வெகுதூரம் சென்று கொண்டு
வரவேண்டிய நிலைமை என்று ஆளுக்கொர் புறமாக
புலம்பிக் கொண்டிருத்தனர்......
பேசுவதை எல்லாம் மணியும் முத்துவும் கவனித்துக்
கொண்டிருந்தனர்.....
ஒரு நாள் ஊருக்கு புதிதாக மாவட்ட ஆட்சியர்
ஒருவர் பொறுப்பேற்றார்...
அதை பக்கத்து ஊர்காரர் ஒருவர் கூறவே....
மணி அவசரமாக மாவட்ட ஆட்சியரை பார்க்க
புறப்பட்டு கொண்டிருந்தான்..
இதை கவனித்த முத்து அவசரமாக எங்கு
செல்கிறாய் என்று கேட்க

மணி நம்ம ஊருக்கு குடிநீர் குழாய் அமைத்து தரக்கோரி மாவட்ட ஆட்சியரிடம் மனு கொடுக்க போகிறேன் என்று கூறிக் கொண்டே அவன் வேலையில் ஆயத்தமானன்...
முத்துவும் அடடே நல்ல விடயம் தான் சற்று பொறுநானும் வந்து விடுகிறேன் என்று முத்துவும் புறப்பட தயாரானான்..
இருவரும் சேர்ந்த மாவட்ட ஆட்சியரை சந்திக்க புறப்பட்னர்..

பக்கத்து ஊர்காரர் ஒருவர் கூற மணி முத்துவிடம் முத்து மாவட்ட ஆட்சியர் மிக நல்லவராம்.. அனைத்து பிரச்சனைகளளையும் தீர்த்து வைக்கிறாம்.. ரொம்ப நல்லவராம்.
என்று கூறினான்.
முத்துவும் ஆமாம் மணி நானும் கேள்விப்பட்டேன் மாவட்ட ஆட்சியர் நல்ல மனிதர் என்று நானும் கேள்வி பட்டேன் என்று கூறினான். சரி வா அவரை நேரில் சந்தித்து மனு கொடுப்போம் நம் ஊர் பிரச்சனையைஎடுத்துக் கூறுவோம் நிச்சியம் சரிசெய்து கொடுப்பார் என்று பேசிக்கொண்டே நடைபயணத்தை தொடர்ந்தனர்.
இருவரும் பேசிக்கொண்டே மாவட்ட ஆட்சியர் அலுவலகம் வந்தடைந்தனர்.
மாவட்ட ஆட்சியர் அலுவலகத்தில் வரிசையில் நிற்க்கின்றனர்..
பக்கத்தில் ஏதோ சலசலப்பு கேட்கவே இருந்தவர்கள் அனைவரும் திரும்பி பார்க்கின்றனர். அண்ணன் தம்பி இருவரின் இடம் பிரச்சனை அரங்கேறிக் கொண்டிருந்தது... கூடியிருந்த அனைவரும் வேடிக்கை பார்த்துக் கொண்டிருந்தனர்..

மாவட்ட ஆட்சியர் அங்கு வருகிறார்...
அண்ணன் தம்பி இடையே நிலப் பிரச்சனை நடந்து கொண்டிருக்க..
பெரிய பிரச்சனையாகி விட்டது...
மாவட்ட ஆட்சியர் அங்கு வந்து
என்னவென்று விசாரிக்க..
நாங்கள் இருவரும் அண்ணன் தம்பி
நாங்கள் தஞ்சாவூர் மாவட்டத்தில் உள்ள
கிராமத்திலிருந்து வருகிறோம்.
எங்கள் இருவருக்கும் சொந்தமாக ஒரு நிலம் உள்ளது... அந்நிலத்தில் யார் முதலில் விவசாயம் செய்வது என்று
கேள்வி எழுந்து இப்பொழுது பெரிய பிரச்னையாகி விட்டது ஐயா இதற்கு சரியான ஒரு தீர்வுவை கூறுங்கள். ஐயா என்று கூறினர்.
கூறிக்கொண்டே மறுபடியும் அவர்கள்
சண்டையை தொடர்ந்தனர்....
முதலில் நான் தான் செய்வேன் என்று அடம் பிடித்து பிரச்சனை செய்து கொண்டிருந்தான்..
இதை கவனித்த மாவட்ட ஆட்சியர் இருவரையும் சமாதானப்படுத்தி. இருவரும் ஒன்றை எப்பொழுதும் நினைவில் வைத்து கொள்ளுங்கள்
நிலம்,நீர், காற்று, ஆகாயம், இவையெல்லாம் அனைத்திற்கும் பொதுவானது..யாருக்கும் சொந்தம் இல்லை.நான் ஒரு யோசனை கூறுகிறேன்
கேளுங்கள் என்றார்...
அண்ணன் தம்பி இருவரும், கூறுங்கள் கேட்கிறோம் என்றனர்...
மாவட்ட ஆட்சியர் நீங்கள் இருவரும் ஒன்று சேர்ந்து ஒத்துமையாக விவசாயம் செய்தால் உங்களுக்கும் நன்மை. ஊருக்கும் நன்மை.

இருவருக்கும் நல்ல லாபம் கிடைக்கும் இரு குடும்பத்தாரும் மகிழ்ச்சியாக வாழலாம்.ஆகவே இருவரும் சேர்ந்தே விவசாயம் செய்யுங்கள். என்று அறிவுரை கூறி அதற்க்கான தீர்வையும் கூறினார்... அண்ணன், தம்பி இருவரும் மாவட்ட ஆட்சியரர் கூறுவது மிகவும் சரியான தீர்வு. ஆகவே நாங்கள் இருவரும் சேர்ந்தே விவசாயம் செய்கிறோம் என்று கூறினர்... அவர் கூறிய தீர்வுக்கு நன்றியும் கூறிக் கொண்டு அங்கிருந்து புறப்பட்டனர்....

பிறகு...

மணியும், முத்துவும் ஆட்சியர் அறைக்குள் நுழைந்தனர்...

மணியும், முத்துவும்:-

நாங்கள் வடக்கம்பட்டி என்கிற கிராமத்தில் இருந்து வருகிறோம்.. எங்கள் ஊரில் குடிநீர் பிரச்சனை இருக்கிறது. குடிநீருக்காக 2 மைல் நடந்து சென்று குடிநீர் எடுத்து கொண்டு வருகிறோம்.. மக்கள் சிரமப்படுகின்றனர்.. குழந்தைகளும் சிரம்மப்படுகின்றனர். ஆதலால் மாவட்ட ஆட்சியர் ஐயா அவர்கள் தயவுகூர்ந்து நாங்கள் வசிக்கும் தெருவில் குடிநீர் குழாய் அமைத்து தர வேண்டுகிறோம் ஐயா என்று கூறி தங்கள் மனுவை ஆட்சியரிடம் கொடுத்தனர்...

அவர்கள் கொடுத்த மனுவை ஆட்சியர் பெற்றுக்கொண்டார்... மனுவை பெற்றுக் கொண்ட ஆட்சியர் உங்கள் தெருவில் குடிநீர் குழாய் இன்னும் மூன்று வாரத்திற்குள் அமைத்து தரப்படும் என்று வாக்குறுதி கொடுத்து அனுப்பிவைத்தார்...

மூன்று வாரங்கள் கழிந்தன...

மணியும், முத்துவும் வேலை விடயமாக வெளியூர் சென்றர்... மூன்று வாரங்கள் கழித்து ஊருக்குள் வந்தனர்... அவர்கள் தெருவில் குடிநீர் குழாயை கண்டு ஆச்சிரியமும். பேரானந்தம் கொண்டனர்...ஊர் மக்கள் அனைவரும் மகிழ்ச்சியாக இருந்தனர்...
நீங்கள் கொடுத்த மனுவால் மாவட்ட ஆட்சியர் நேரில் இங்கு வந்து ஆய்வு செய்த பின்னர் குடிநீர் குழாய் அமைத்து கொடுத்தார்... இதனை கேட்ட மணியும், முத்துவும் மிகுந்த மகிழ்ச்சியடைந்து மாவட்ட ஆட்சியரை நேரில் சந்திக்க ஊர் மக்களுடன் புறப்பட்டனர்...
ஊர் மக்கள் மற்றும் மணியும் முத்துவும் மாவட்ட ஆட்சியர் அலுவலகம் சென்றனர்...மாவட்ட ஆட்சியர் பணிக்கு வரவில்லை என்று கூறி அனுப்பி விட்டனர்...ஆட்சியர் இல்லம் ஏங்குள்ளது என்று விசாரித்து மணி, முத்து, ஊர் மக்கள் அனைவரும் மாவட்ட ஆட்சியர் வீட்டை கண்டுபிடித்து அங்கு சென்றனர்...
சென்றவர்களுக்கு பெரும் அதிர்ச்சி காத்திருந்தது.திறந்த வீடு ஆங்காங்கே ஒரு சில நபர்கள். வீட்டின் முன் பந்தல் போடப்பட்டிருந்தது.. அங்கு வந்த அனைவருக்கும் ஒன்றும் புரியாமல் திகைத்து போய் நின்றனர்.
கூட்டமாக வருவதை கண்ட ஆட்சியரின் வீட்டு வேலைக்காரன் ஒருவன். அவர்களை நிறுத்தி யார் நீங்கள் எங்கிருந்து வருகிறீர்கள் என்று கேட்டான்.. மணி அனைத்து விவரத்தையும் கூறவே...
வேலைக்காரன் கனத்த இதயத்தோடு ஆட்சியர் உடல்நிலை சரியில்லாமல் காலமாகி விட்டார்.என்று அழுதுகொண்டே கூறினான்... இதை கேட்ட அனைவருக்கும் ஒரு நிமிடம் இதயம்

நின்றது...கனத்த இதயத்தோடு அவரின் வீட்டிற்குள் நுழைந்தனர்... அங்கு அவர் படத்திற்க்கு மாலை அணிவிக்கப்பட்டிருந்தது... தகவல் அறிந்தா நீங்கள் அனைவரும் இங்கு வந்தீர்கள் என்று வேலைக்காரன் கேட்க.. இல்லை நாங்கள் ஆட்சியரை நேரில் சந்தித்து நன்றி கூறி பாராட்ட வந்தோம் என்று கூறினான் முத்து...
இறுதியில்.... ஆட்சியரை பாராட்டி நன்றி சொல்ல வந்த மணி, முத்து மற்றும் ஊர் மக்கள் அனைவருக்கும் பெரும் ஏமாற்றம்...ஊர் திரும்பினர். ஊருக்கு வந்ததும் மக்கள் அனைவரும் ஒன்று கூடி ஊருக்குள் மாவட்ட ஆட்சியர் படத்திற்க்கு மாலை அணிவித்து அஞ்சலி செலுத்தினர்.... நம் நிலைமையை புரிந்து கொண்டு நமக்கு உதவி செய்த இந்த நல்ல மனிதர் இறந்து விட்டார்... அவர் ஆத்மா சாந்தியடைய அனைவரும் அஞ்சலி செலுத்தினர்.விடயம் கேள்வி பட்ட பக்கத்து ஊர்காரர்கள் அனைவரும் வந்து அஞ்சலி செலுத்தினர்....
கிராமே சோகத்தில் ஆழ்ந்து போனது...

ர. ரமேஷ்

ஆனால் அவள் சிரித்தாள்

ஜூலி 28 காலை 7 மணி தன் அம்மாவின் 16-வது ஆண்டு நினைவு நாள். தான் சோகப்பட்டாள் தன் தந்தை வருத்தப்படுவார் என மகனும் மகள் வருத்தப்படுவார் என தந்தையும் துக்கத்தை மறைத்து பொய் புன்னகைக்கிறார்.
தூக்கத்திலிருந்து எழுந்து அவள் முகம் கழுவிட்டு காபி போட செல்கிறாள். தந்தைக்கு வெல்லம் போட்டு காபி கொடுக்கலாமா, சீனி போட்டு கொடுக்கலாமா என குழப்பத்தில் இருக்கிறார். பின் வெல்லம் போட்டு ஒரு காபியும் சீனி போட்டு ஒரு காப்பியும் செய்து தந்தைக்கு கொடுப்போம் அவர் எதை எடுக்கிறாரோ மற்ற ஒன்றை நாம் குடிப்போம் என சாமர்த்தியமாக முடிவு செய்கிறாள்.
தந்தைக்கோ கடும் தலைவலி சூடாக டீ கேட்கிறார் ஆனால் இவள் காபி போட்டதால் பால் இல்லாமல் போனது. தந்தை கேட்டு ரொம்ப நேரம் ஆனதால் கடும் கோபம் கொண்டு வீட்டை விட்டு வெளியே செல்கிறார்.
இதைப்போல் 15 ஆண்டுகளுக்கு முன் ஜூலை 28 அன்று இப்படி கோபம் கொண்டு சென்ற போதுதான் மாரடைப்பால் தன் தாயைப் பறி கொடுக்கிறாள் அதை போல் இன்றும் இவர் கோபத்தை கண்டு பயந்துபோன இவள் பயத்தில் மயங்கி விழுகிறாள். பின் 10 நிமிடம் கழித்து கடையில் டீ வாங்கிக் கொண்டு வருகிறார் தந்தை. இருவரும் குடித்துவிட்டு மகள் குளிக்கப் போகிறாள். அவள் வருவதற்குள் தலை காய சாம்பிராணி புகை தயார் செய்கிறார் தந்தை. அவள் வந்தவுடன் தலையை காயவைக்க தந்தை புகை போட்டு உதவுகிறார். பின் தலைவாரி பின்னுகிறார். தாய் இல்லாத கவலையை மறக்க செய்கிறார் தந்தை. பின் இருவரும் கிளம்பி தஞ்சை பெரிய கோவிலுக்கு செல்கிறார்கள், அடுத்து காலை உணவிற்கு

ஹோட்டல் செல்கிறார்கள், பின் பூங்கா அங்கு தனக்கு 21 வயது ஆகிவிட்டது என்பதை மறந்து ஒரு சின்ன பிள்ளை போல் கவலை மறந்து விளையாடுகிறாள் அதை பார்த்து தந்தை மகிழ்கிறார்.

பின் மதிய உணவை முடித்துவிட்டு 'ஆடி மாதம் ஆடை காலம்' என்பதை போல் துணிக்கடைக்கு செல்கிறார்கள் தனக்கு பிடித்ததுபோல் 6 ஆடை எடுக்கிறாள் ஐஸ்கிரீம் வாங்கி விட்டு கடையை விட்டு வெளியே வருகிறார்கள். இரவு உணவு ஹோட்டலில் வாங்கலாம் என தந்தையும் வீட்டில் சமைக்கலாம் என மகளும் சண்டை போட்டுக் கொண்டு ரோட்டில் நடக்கிறார்கள்.

எதிரே வாகனம் வருவதை மறந்து இருவரும் சண்டை போடுகிறார்கள் சற்றும் எதிர்பார்க்காமல் ஒரு கார் தந்தை மீது மோதுகிறது அதைப்பார்த்த மகள் ஐஸ்கிரீம் கீழே விழ அப்பா எனக் கத்துகிறாள் கீழே விழுந்த அப்பாவின் உடலிலிருந்து வரும் இரத்தமும் அந்த ஐஸ்கிரீமும் இரண்டும் ஒன்றாய் கலக்கின்றன.

பின் அவள் மயக்கம் தெளிகிறது மணியை பார்த்தாள் 7:45 நல்ல வேலை தான் கண்டது, கனவு தான் என்று சந்தோசப் படுகிறாள் அவள். ஆனால் அவள் கண்ட கனவு நிஜமாக தன் தந்தை கார் மோதி இறந்து விட்டார் என செய்தி வருகிறது. உறவினர்கள் யாரும் முன்வராத காரணத்தினால் அரசாங்கம் அவர் உடலை எடுத்து கொள்கிறது. அவருக்கு கொள்ளி வைக்க ஆண்மகன் இல்லாத காரணத்தினால் அவரை அனாதை என பதிவு செய்து எரிகிறது அரசாங்கம். தாயின் சோகத்தைக் காட்டினாள் தந்தை வருத்தப்படுவார் என நடித்து சிரித்தால் ஆனால் இப்போ நடிக்கவும் தேவையில்லை மனம் விட்டு அழுதால் ஆறுதல் சொல்லவும் ஆள் இல்லை.

அவள் வாங்கி வைத்த மாலையை இருவருக்கும் சேர்த்து போட்டுவிட்டு வட்டத்தில் வாழ்வதை

மறந்துவிட்டு சமூகத்துடன் வாழ தன்னை பழகிக்கொள்ள முடிவெடுத்துவிட்டால் அவள்.....

ரூபன். து

குறை கூற வேண்டாமே

காலை ஆறு மணி அளவில் துயிலெழுந்து அரக்கப்பரக்க கல்லூரி செல்வதற்காக தயாராகிக் கொண்டிருந்தாள் இனியவள்.
தன் கல்லூரிக்கு செல்லாது வேறொரு கல்லூரிக்கு இவள் திறமையை வெளிக்கொணர பேச்சுப்போட்டி ஒரு வாய்ப்பாக அமைந்தது.
பேச்சுப் போட்டியில் வென்றிட வேண்டுமென்று உன்னித்துக்கொண்டு உறைந்தவள்
மஞ்சள் வண்ண சேலை உடுத்தி கல்லு வைத்த ஜிமிக்கி அணிந்து வளையல் சலசலக்க மின்னிடும் பதக்க மாலை அணிந்து தன்னை அலங்கரித்துக் கொண்டாள்.
நான் எப்படி இருக்கேன் அம்மா
நெற்றியில் முத்தமிட்டபடி என் தங்கத்திற்கு என்ன குறை என் கண்ணே பட்டுவிடும் போல இராசாத்தி தன் கண்ணின் உள்ளமையை எடுத்து காதோரமாய் வைத்துவிட்டாள்.
அம்மா மணி ஆகிவிட்டது போய் வருகிறேன்
பார்த்து பத்திரமா போயிட்டு வாம்மா
ம்ம்.. சரிமா.
பேருந்தில் ஏறி ஒரு 20 நிமிட பயணத்தில் அவள் இறங்கும் இடத்தில் இறங்கி கல்லூரியை நோக்கி விரைந்தாள்.
அங்கு கல்லூரியின் அருகிலிருக்கும் கடையின் முன்பு அவளோடு படிக்கும் சக தோழிகள் ஆறு பேர் நின்று கொண்டிருந்தனர்.
அதில் ஒருத்தி பார்ரா மேக்கப் எல்லாம் பலமா இருக்கே? யாரு புடவை கட்டி விட்டா உனக்கு கேட்டாள் கனியவள்.

ம்ம்... இருக்கட்டுமே... நான்தான் கட்டினேன்...
அவர்கள் செல்வதோ ஆண் பெண் இணைக்கல்வி முறை கல்லூரி (Co_ Ed college). உன்னை இன்று எவன் பார்க்கிறானென்று பார்க்கிறேன் என்றாள் கனியவள்.
நான் பேரழகிதான் யார் பார்த்தால் என்ன? பார்க்காவிட்டால் என்ன? என்றாள் இனியவள்.
அனைவரும் கல்லூரிக்குள் சென்றனர். அவர்களின் போட்டி நடைபெறுவிருக்கும் இடத்தை விசாரித்துக் கொண்டே. சபை கண்டறிந்து இருக்கையில் அமர்ந்த பின்பும் கனியவள் இனியவளை சீண்டுவதை நிறுத்தவில்லை.
தன் கைப்பேசியை வைத்து தற்படம் (selfie) எடுத்துக் கொண்டு இருந்தாள்.
என்ன செல்பி யா? உன் அலப்பறை இன்னைக்கு தாங்காதே...
நான் என்ன பண்ணா உனக்கு என்ன? உன் வேலைய பாரு.
என் வேலையை தான் பார்க்கிறே. இன்னைக்கு பேச்சுப் போட்டியில் ஜெயித்து விடுவாயா?
இனியவள் மௌனம் சாதித்தாள்.
மேடையிலிருந்து ஒவ்வொருவரும் தன் திறமையை வெளிப்படுத்தி விட்டு வருகின்றனர். வரவேற்புரை வாசிக்கும் பெண் இனியவளே பேசுமாறு பேச்சுப் போட்டிக்கு அழைக்கிறாள்.
சேலையை சரி செய்து கொண்டு சரியாக பேசிவிட வேண்டும் அவளுக்கு பதிலடி என் பேச்சிலேயே கொடுக்கவேண்டும் எண்ணத்தை ஓடவிட்டாள்.
அவள் தன் பேச்சை முடித்துவிட்டு இருக்கையில் அமர்ந்து காத்திருக்கிறாள் போட்டியின் முடிவுகளுக்காக.

அனைவரும் பேசி முடித்த பிறகு சாப்பாடு தயாராக உள்ளது எல்லோரும் சாப்பிட்டு மீண்டும் சபைக்கு வரவும் தீர்ப்பை சொல்லி விடுகிறோம் என்றார் வரவேற்புரை கொடுத்த பெண்.
சாப்பிட்டு முடித்துவிட்டு சபையில் தஞ்சமடைந்து தீர்ப்புக்காக காத்திருக்கிறாள் இனியவள்.
வரவேற்புரை கொடுப்பவள் ஒவ்வொரு போட்டியின் முடிவுகளை சொல்லிக்கொண்டிருக்க இனியவளின் மனம் படபடக்க உள்ளங்கை வேர்க்கிறது அவளுக்கு.
பேச்சுப் போட்டியில் முதலிடம் பிடித்து பரிசை வென்றார் இனியவள் மேடையிலிருந்து ஒலி வந்ததும் கொள்ள மகிழ்ச்சி அவளுக்கு.
மேடையின் மீது ஏறி பரிசைப் பெறும் தருணத்தில் சிரித்துக் கொண்டே கண்களை கனியவளின் திசை பக்கம் பார்வையிட்டாள்.
கனியவளின் முகம் சுருங்கியது...
என்னதான் இனியவள் பதிலடி கொடுத்தாலும் அவளை தனிமை தழுவும் போதெல்லாம் நடந்தவை எல்லாம் நினைவில் ஒட்டிக் கொண்டு வருகையில் விழியின் விளிம்பில் கண்ணீர் தங்குவதில்லை.
ஆனால், அவளின் மனம் கலங்குவதை காட்டாமல் புன்னகைத்தபடி மறைத்தாள்.

பி.மா. வேதா

உதிர்ந்து போன மலரின் வாசங்கள்

ஓர் அழகிய இரவில் உறங்கும் வேலையில் நினைவுடன் பயணிக்கும் தனிமை காதலனின் கதை.... அன்றிரவு உணவருந்தி விட்டு உட்கார்ந்திருந்தான். என்னவென்று தெரியவில்லை, அன்று இரவு முழுவதும் உறங்காமல் இருந்தான்.... பல நாட்கள் கழிந்தன, பின்பு கல்லூரி வாழ்க்கையில் இருந்து விடைபெற்று வேலை என்னும் வாழ்க்கையில் பயணித்தான். ஆனால் அந்த இரவில் படுக்கும் நேரத்தில் தூக்கம் வருவதில்லை.. சரி அவன் ஏன் இவ்வாறு இருக்கிறான்? என அவனின் பெற்றோர்களுக்கு புரியவில்லை...

வாருங்கள் ஏன் என்று பார்ப்போம். அவன் வாழ்க்கையில் பல இடங்களில் இருந்து பல துன்பங்களை எதிர் கொண்டுள்ளான்.

அதில் ஒன்று காதல் மற்றொன்று நண்பரின் பிரிவு... காதலில் தோல்வி அடைந்தாலும் பரவாயில்லை ஆனால் இவனோ தனது காதலியை தன் கண் முன்னால் இழந்துள்ளான்.... காதலும் கடந்து போகும் என கூறுவது உண்மை. ஆனால் காதலியின் நினைவுகள் கடந்து போவது இல்லை.. அவளின் நினைவுகளை மறக்க பல வழிகள் செய்து விட்டனர்.. ஆனால் பயன் என்பது கிடைக்கவில்லை..... பெற்றோரின் தவிப்பை பார்த்து நினைவுகளை மறந்ததாக கூற சொல்லிவிட்டான்... மறந்ததாக கூறினாலும் அவன் மனதில் வலிகள் தொடர்கிறது

ஆனால் வெளியே புன்னகையுடன் பயணிக்கிறான்..... வலியின் புன்னகையாய்......

மற்றொன்று நட்பு நண்பன் ஒருவன் மனவலியோடு இருந்தால் ஆறுதல் கூற நண்பன் தான் வேண்டும்.

ஆனால் இவனுக்கு நண்பனினால் மனவலி கூடுகிறது... நல்ல பழகிய நண்பர்களே அவனை ஒதுக்கி வைத்து மனவலி ஏற்படுத்துகின்றனர்..... அன்று ஓர் நாள் தனது தோழி வீட்டில் மணவிழா என்று சென்ற அவனை நண்பர்கள் சற்று ஒதுக்கியே வைத்தனர்..... மனதில் வலியோடு புன்முறுவலுடன் விழாவை சிறப்பித்தான் .. பின்பு தனது தோழி அவனின் நிலையை அறிந்து அவனிடம் உனக்கு மனவலிமை அதிகமடா....! என்றாள்... இவன் புன்னகையுடன் அவ்வாறு ஒன்றும் இல்லை... என மனமில்லாமல் கூறி விடைபெற்றான்......
வாழ்க்கையில் பல துன்பங்களை சந்தித்து வரும் பலரின் வாழ்க்கையில் வலியும் உண்டு..... ஆனால் அதை புன்னகையோடு மறந்தும் மறைத்தும் வாழ்கின்றனர்...

நந்த குமார் கோ ஜெ

புறாவின் புன்னகையோடு

"இன்னும் ஒரு மணி நேரத்துல ஊருக்கு போயிரலாம்! சார்" என்று டிரைவர் சொன்னார், களைப்பு நீங்கி ஒரு புத்துணர்ச்சியை உணர்ந்தேன். ஐந்து வருட இடைவெளிக்கு அப்புறம் ஊருக்கு போகிறேன், பதினைந்து வருடத்தில் அயல் தேசத்தில் அவர்களுக்கு உழைத்து, அவர்களின் ஜோக்குக்கு சிரித்து, அடிபணிந்து சம்பாதித்தது போதும் என்று திரும்புகிறேன்.
ஊரின் எல்லையில் கௌசிக் காரில் அமர்ந்திருந்தான், அவனை சுற்றி ஒரு கூட்டம் நின்றிருந்தது, குமார் அப்பாவின் பையன், என்னுடன் படித்தவன்...அவனிடம் நின்று பேசலாம் என்று நினைத்தேன். எப்படியும் கண்டிப்பாக குமார் அப்பாவின் வீட்டுக்கு போகத்தான் போகிறோம் அங்கு பேசிக்கலாம் என்று நினைத்து அமைதியாக வந்துவிட்டேன். குமார் அப்பா எங்க ஊர் கௌமாரியம்மன் கோவில் பூசாரி. கம்பம் நகர மக்களின் அன்பிற்குரிய ஒருவர். சொந்த ஊரிலே தொன்று தொட்டு வந்து பாரம்பரியமாக அம்மனுக்கு செய்யும் கைங்கரிய வேலை, பல மக்களுக்கு அவரு நல்ல அறிவுரைகளை சொல்லுவாரு. அதனால ஊருக்குள்ள பயங்கர நன்மதிப்பு. எனக்கு ஒரு காலத்தில, சொந்த தொழில எப்படி நடத்தனும்னு அவரு தான் நல்ல அறிவுரைகள் சொன்னாரு, வெளிநாட்டுக்கு போக பாஸ்போர்ட்டுக்கு அப்ளை பண்ணப்ப லோக்கல் ஸ்டேஷன்ல அவரு தான் சிபாரிசு பண்ணாரு. நான் ஊரை விட்டு போன போது செல்போன் வசதி இந்த அளவுக்கு இல்ல, அதனாலஅவர் வீட்டுக்கு தான் போன் பண்ணி அம்மாகிட்ட பேசுவேன், அப்ப அவரோடையும் சில வார்த்தைகள் பேசியதுதான்,

அப்புறம் எங்க வீட்டுக்கே போனும், பின்னாடியே செல்போனும் வந்ததாலே, அவரோடு பேசுறது கம்மியாயிடுச்சு. வாசலில் அம்மா, அப்பா நிற்பது, கார் திரும்புறப்ப தெருஞ்சிச்சு. அம்மாவை ஆசை தீர அணைத்து கொண்டு உள்ளே போனேன்.
"சரிய்யா! சீக்கிரம் குளிச்சுட்டு வா சாப்பிடுவ, நீ வந்துருக்கிறேனு தெரிஞ்சா எல்லாரும் வந்துருவாங்க, அப்புறம் நேரம் கிடைக்காது". என்றாள் அம்மா...
குளித்து சாப்பிட்டுட்டு வந்த எல்லோர்க்கும் கொண்டு வந்த பொருளை கொடுத்து முடிக்கும் போது மதியத்துக்கு மேல் ஆகியிருந்தது.
அம்மாவிடம் "சரிம்மா நான் குமார் அப்பா வீட்டுக்கு போய்ட்டு வந்துடுறேன்" சொல்லி முடிக்கும் போது அப்பா கோவமாக எந்திருச்சு வாச கதவ தாண்டும் போது நின்று நக்கலாக சிரிச்சிட்டு போனாரு.
"அது ஒரு பெரிய கணக்கு, சில வருடங்களுக்கு முன் அப்பாவோட அண்ணன் எங்க பெரியப்பா பஞ்சாயத்து தேர்தல்ல நின்னாரு. குமார் அப்பா ஊரிலே மதிப்பான ஆளுங்கறதால, அவருக்கிட்ட அப்பாவும், பெரியப்பாவும் போய் ஆதரவு கேட்டாங்க, ஆனா குமார் அப்பா, பெரியப்பாகிட்ட நீங்க பிராந்திகடை வச்சுயிருக்கறதால இந்த ஊரிலே நிறைய பேர் குடிச்சு கெட்டு போறாங்க, நீங்க கடையை மூடிட்டு வாங்க மக்கள்கிட்ட ஓட்டு போட சொல்றேன்",என்று சொல்ல அது பிரச்சனையாகி, எங்க பெரியப்பா தேர்தல்ல தோத்திட்டார். அப்பயிருந்து எங்க வீட்டு ஆம்பிளைங்க பேசறதில்ல, ஆனா பொம்பளைங்க, பசங்க பேசுவாங்க எந்த தடையும் இல்ல. சரி! அந்த கோவம் இன்னும் தீரலனு நினைச்சு கிளம்பினேன்.

மூணாவது தெருவில் தான் குமார் அப்பா வீடு, வேகமாக நடந்தேன், வழியிலே கூட படிச்ச கௌதமும் சேர்ந்திட்டான், அவன் சென்னையில ஆயுதப்படை பிரிவு காவலரா இருக்கிறான், அவன்கிட்ட பேசிக்கிட்டே குமார் அப்பா வீட்டு வாசலிலே நுழைய போனேன். பாய்ஞ்சு தடுத்த கௌதம், பக்கத்திலே இருந்த பிரமாண்ட பங்களாவை காட்டி "இப்ப குமார் அப்பா அங்க தான் இருக்கிறார், சரவணா...இந்த பங்களாவை கட்டிக்கிட்டு, குடும்பத்தோட அங்க போயிட்டாங்க" என்று கூட்டிக்கிட்டு போனான்.

காலையிலே ஊர் எல்லையிலே பார்த்த பாதி கூட்டம் அங்க நின்னுக்கிட்டு இருந்தது. நாங்க கேட்டுகிட்டே போனவுடனே, ஒரு கிடா மீசை வேகமாக வந்து "யார் நீங்க என்ன வேணும்" அதிகாரமாக கேட்டுச்சு. அதுக்கு கௌதம் " இல்ல நாங்க கௌசிக் அண்ணனை பார்க்க வந்தோம், அவரு கூட படிச்சவங்க!". "சரி! சரி! இருங்க கேட்டுட்டு வரேன்" என்று கிடா மீசை நகர்ந்தது. நான் அதிர்ச்சியுடன் அவனை திரும்பி பார்த்தேன். "என்னடா! கூட படிச்சவனை அண்ணேங்கிற? குமார் அப்பாவ பார்க்க வந்துட்டு கௌசிக்க பார்க்க வந்தோம்னு சொல்ற?" வேகமாக என்னை அடக்கினான், "மாப்ளே! இப்ப கௌசிக் அண்ணே லெவலே வேற அவர பழைய மாதிரி எல்லாம் கூப்பிட முடியாது, கொஞ்சம் அடக்கி வாசி". நான் இன்னும் திகைத்து போய் அவனை பார்த்தேன். "கௌசிக்ராஜ்" எங்களோட சேர்ந்து படித்தாலும் எங்களோட ஊர் சுத்தமாட்டான், நாங்க முல்லை பெரியாத்துல மீன் பிடிக்கும் போது, அவன் பித்தாகரசு தியரம் படிச்சுக்கிட்டு இருப்பான். குமார்

அப்பா பையன் மக்குனு பெயரெடுக்க கூடாதுன்னு குமார் அப்பாவும் அவங்கிட்ட கொஞ்சம் கடுமையாக இருப்பார். ஒரே ஸ்கூல்னாலும் அப்பாவோட வண்டியில் வராம, எங்களோட சேர்ந்து நடந்துதான் வருவான். இப்ப அண்ணன்னு சொன்ன "குரு கௌதம்" அவன அப்போலா பயங்கரமாக கேலி பண்ணுவான், அதுக்கு கோவ படாம சிரிச்சுக்கிட்டே வருவான்...

"அண்ணன் வர சொல்றார்" கிடா மீசை கூப்பிட்டான். உள்ளே நுழைந்தோம். எங்களை பார்த்தவுடன் "வா கௌதம் எப்படி இருக்க! அட சரவணா! நீ எப்ப வெளிநாட்டுலருந்து வந்த?", "காலைல தான் அண்ணே என்றேன்.கௌதம் என்னை வியப்புடன் பார்த்தான்.

அதன் பின் கௌசிக் பேசிய எதுவும் என் காதில் விழவில்லை ஆள் அந்தளவிற்கு மாறி போயிருந்தான், நான் மண்டைய மட்டும் ஆட்டினேன். "சரி! அப்பா உள்ளே தான் இருக்காரு போய் பாருங்க" சொல்லிவிட்டு அருகில் அமர்ந்து இருந்தவர்களுடன் வேறு ஏதோ பேச திரும்பிவிட்டான்.

உள்ளே போகும் போது கௌதம், "இப்ப நீயே அண்ணன்னு கூப்பிட ஆரம்பிச்சுட்ட பாரு! இப்ப இவன் ஆட்சிதான் நடக்குது.. குமார் அப்பா இப்பயெல்லாம் வீட்டை தாண்டுவதில்லை. இவரும் அவன எந்த கேள்வியும் கேட்கிறதில்லை, அவனும் இவருக்கு மரியாதையில் குறை வைப்பதில்லை". குமார் அப்பா கட்டிலிலே படுத்திருந்தார், ஆள்யிளைத்து போய் இருந்தார். எங்கள் நிழல் பார்த்து எழுந்து உட்கார்ந்தார், அடையாளம் கண்டுகொண்டு இனிமையாக புன்னகைத்தார்.

மௌனமாக அவர் அருகில் அமர்ந்தேன், என் வேலை குடும்பம் பற்றி நிறைய கேட்டார். வாங்கிய பொருளை அவரிடம் வற்புறுத்தி கொடுத்துவிட்டு கிளம்பும் போது, மறுபடியும் அதே "புன்னகை". என்னையறியாமல் கண்ணீர் வந்தது.

சிறிது நேரத்திற்கு பிறகு "கௌசிக்கை பார்த்தியா? பேசினியா? தலையசைத்தேன், என் கண்ணை பார்த்தார் பிறகு தலை குனிந்து கொண்டு, "எல்லாம் மாறி போச்சு, நீ போனதுக்கப்புறம் கோயில் மேலதிகாரிட்ட ஒரு சில விசயத்துக்கு, நியாத்துக்கு சண்ட போட்டு வேலை போச்சு, மழையில்லாம விவசாயத்திலும் ஒண்ணும் வருமானமில்லை, ஆனா கேட்டவங்களுக்கு இல்லைனு சொல்ல முடியல, கௌவுரவம் தடுத்திடுச்சு, எல்லா சொத்தும் கைய விட்டு போற மாதிரியாச்சு, ஆனா கௌசிக் கெட்டிகாரன் புதுசா தொழில ஆரம்பிச்சு எல்லாத்தையும் காப்பாத்திட்டான், புதுசாவும் நிறைய வாங்கிட்டான்". மௌனமானார்.

"ஆனா என்ன எந்தயிடத்தில் உட்கார்ந்துகிட்டு உங்க பெரியப்பா கிட்ட சாராய கடையை மூடித்தான் ஆகனும்னு சண்டை போட்டேனோ அந்த இடத்தில் இப்ப இவனே பார் நடத்துறான், நல்ல வேளை அரசாங்கம் இப்ப கடைய நடத்துது, இல்லைனா இவன் என் பேருல ஆரம்பிச்சுருப்பான்." என்றார் வறண்ட குரலில்.

மேலும் உட்கார முடியாமல் சட்டென்று எழுந்து வெளியே வந்தேன், புறா கூண்டு தலையில் இடித்தது, ஆனால் அந்த ஆரவாரத்திலும் புறா அமைதியாக இருந்தது, திரும்பி குமார் அப்பாவை பார்த்தேன், புன்னகைத்தார், பல விசயங்களை

சொன்னது..."புறா கூண்டில் அமைதியாக புன்னகையோடு"......

கவியருவி பா.சரவணன்

மறைந்து கிடக்கும் காயங்கள்

அக்னிநட்சத்திர வெயில் சாலை மீது கானல் நீரை பரப்பிக் கொண்டிருக்க! அந்த வெயிலில் அலைந்து திரிந்த ஒருவன், "இன்னிக்கி என்ன இவ்ளோ வெயிலு" என்று தனக்கு தானே பேசிக்கொண்டான். அந்த வெயிலில் அலைந்ததனால் அவனின் சட்டை, வியர்வையில் அவன் உடலைத் தழுவிக் கொண்டிருந்தது. சட்டென்று, அருகில் உள்ள மரத்தின் நிழலில் சென்று நின்றான்.
எதிர்புறத்திலிருந்து ஒரு குரல்!,"கார்த்திக் கார்த்திக் " என்று ஒலித்தது. யாரோ தன்னை அழைக்கிறார் என்று எதிரில் எட்டி பார்த்தான். அவனுடைய பள்ளிப்பருவத்தில் அவனுடன் இணைந்து படித்த சக மாணவன் என்று அறிந்தான். "என்னடா ஆலே மாறிட்ட! ,இப்படி எழச்சுட்ட" என்றான் அவன் நண்பன்,ரவி. "நீயும் தான்டா ஆலே அடையாளம் தெரியாத அளவுக்கு மாறிட்ட!" என்று கார்த்திக் கூறி முடிப்பதற்குள்,"வாடா ஒரு ஜூஸ் குடிச்சுட்டே பேசுவோம்" என்று ரவி கூறினான்.
இருவரும் பழச்சாறை பருகிக்கொண்டே தங்களது பழைய நினைவுகளை பரிமாறிக் கொண்டனர். "இப்ப என்னடா பன்னிட்டு இருக்க?" என்று ரவி கேட்டான். அதற்கு கார்த்திக், "இங்க பக்கத்துல இருக்குற ஐடி கம்பெனியில 'ப்ரோகிராம் அனலைசரா' வொர்க் பண்றேன்!" என்றான். "நீ என்ன பண்ற" என்று கேட்டான், கார்த்திக். "நான் 'மார்க்கெட்டிங் மேனேஜர்' போஸ்டிங்ல இருக்கேன்டா", என்றான் ரவி.
"உனக்கு கிடைக்கிற சம்பளம் உன் செலவுக்கு சரியா வருதா!" ,என்று கேட்டான் ரவி. அதற்கு கார்த்திக், "எனக்கு என்னடா குறை?, கையில கிடைக்கிற சம்பளத்துக்கு ஏத்த மாதிரி செலவு செய்வேன்" என்றான்.

"அப்ப! தேவை இல்லாத செலவெல்லாம் குறைச்சுக்குட்டு, கரெக்டா வாழ்ர! .....ஹும்ம்ம" ,என்றான் ரவி. "ஆமான்டா! ,செலவ கம்மி பண்ணாலே போதும் செம்மயா வாழலாம்" ,என்றான் கார்த்திக்.
"வாழ்வு தான் அப்ப ...உனக்கு!", என்றான் ரவி. அதற்கு கார்த்திக்கும் புன்முறுவலுடன் "ஆமான்டா!" என்று புன்னகையிட்டான்.
"சரி டா! எனக்கு டைம் ஆச்சு,அப்பறம் பாப்போம்!" ,என்று கூறிவிட்டு ரவி கிளம்பினான். "ஓகே டா பாய்" ,என்றான் கார்த்திக்.
அங்கிருந்து சென்ற ரவியின் மனதிற்குள் ஒரே வினா மாறி மாறி அவனுக்கு உரைத்துக்கொண்டே இருந்தது. நம்மிடம் இவ்வளவு பணமிருந்தும் நம்மால் நிம்மதியான வாழ்க்கையை வாழ முடியவில்லையே?,ஆனால் அவனால் மட்டும் எப்படி ஆனந்தத்துடன் வாழ முடிகிறது என்று தனக்குள் ஒரு வினாவை தானே கேட்டுக்கொண்டான். வேலை அனைத்தும் முடித்த ரவி, வீட்டிற்கு சென்றான்.
தன் அன்றாட வேலையை முடித்த ரவி சிற்றுண்டியை உண்டு முடித்த பின், உறங்க சென்றான். தூக்கம் வராத காரணத்தினால், கைப்பேசியில் அவனின் நெருங்கிய பள்ளிப்பருவ நண்பன் குணாவிடம் உரையாட தொடங்கினான். அப்படி உரையாடும் போது "நம்ம கூட பள்ளிக்கூடத்தில படிச்சானே! கார்த்திக், அவனை நான் இன்னிக்கி பாத்து பேசினேன்",என்று அனைத்தையும் கூறினான்.
"நானும் அவன ஒரு நாள் ஹாஸ்பிடல்ல பார்த்தேன்டா!... பாவம் டா அவன்! அவனுக்கு நடந்த

கொடும யாருக்கும் நடந்துட கூடாது டா!" ,என்று குணா கூற... அதற்கு ரவி,பதற்றத்துடன்....."என்னடா சொல்ற?, என்ன ஆச்சு அவனுக்கு?" என்று கேட்டான். "கொஞ்ச நாளாவே அவனுக்கு உடம்பு சரியில்லயாம்!, அதுக்காக அவன் ஹாஸ்பிடல் போய் செக்அப் பன்னதுல, அவனுக்கு புற்றுநோய் இருக்குறது அவனுக்கு தெரிய வந்துருக்கு.... அதப் பத்தியே யோசிச்சு யோசிச்சு, கார்த்தி அப்பாவும் மன உலைச்சல்ல இறந்துட்டாருடா...... ! என்றான் குணா. அதைக் கேட்ட ரவிக்கு, தான் பேச அடுத்த வார்த்தை வாயில் வராமல் வாடி நின்றான்!. "சரிடா.... எனக்கு இன்னொரு கால் வருது நா அப்றமா கூப்புற்றேன்", என்று கூறினான் ரவி. "தன் வாழ்க்கையில் இத்தனை துயரிலும் எப்படி ஒருவனால், இதுபோன்று வலியோடு புன்னகைத்து சிரித்து பேச முடிகிறது", என்று தனக்குள் தானே கேட்டுக்கொண்டான்.....?

விக்ஷ்ணு நந்தன்

முதல் நண்பன்

அவனும் நானும் ஆறாம் வகுப்பில் இருந்தே ஒன்றாகத் தான் படித்து வளர்ந்தோம்.
நான் அவனுடன் பேசும் போது ஒரு பெண் என்பதையே மறந்து விடுவேன்.
அவனுடன் நடந்துச் செல்லும் போது என்னையே மறந்து விடுவேன்.
என் பெரும் பொழுது அவனுடனேயே கழிந்தன.
பெரும்பாலான நாட்கள் இருவரும் ஒன்றாக அமர்ந்து ஒரே தட்டில் மதிய உணவை உண்போம்.
நான் அவனிடம் பேசும் போது ,அவன் கண்களைப் பார்த்துப் பேச நா தடுமாறும்.
அவன் என்னைத்தவிர யாரிடமும் அதிகமாகப் பேசமாட்டான்.
அவனை நான் இறைவன் கொடுத்த வரமாகவே எண்ணினேன்.
வாழ்க்கையில் யாரை இழந்தாலும்,அவனை மட்டும் இழக்கக் கூடாது என்று நினைத்தேன்.
யாராவது என்னிடம் உன் வாழ்க்கையில்,மறக்க முடியாத நாட்கள் உண்டா? என்று கேள்வி கேட்டால் மறுக்காமல் சொல்வேன்..அவனுடன் பழகிய நாட்கள் என்று.
அவனுடன் பழகிய நாட்களை நினைக்கும் போதெல்லாம் நெஞ்சில் மாமழை பொழியும்.
என்ன பொழிந்து என்ன பயன்?
அவனை நான் மட்டும் தானே காதலித்தேன்..
அவன் மனத்தில் என் மீது ஏது காதல்?
நட்பு தானே இருந்தது..!
நாட்கள் செல்லச் செல்ல அவன் என்னை விட்டு விலகிக் கொண்டே சென்றான்..
அவன் என்னை விட்டு விலகிச் செல்ல காரணங்கள் தேடினேன்..

ஒன்றும் பிடிபடவில்லை..
காத்திருந்தேன் !மன்னவன் வருவானென்று!
நீண்ட நாட்கள் கழித்து அவனும் வந்தான்!
அவன் கண்களை ஆசையாகப் பார்த்தேன்!
அவன் கண்களுள் ஏதோ புது மாற்றம் தெரிந்தது!
அம் மாற்றம் எனக்குப் பதற்றம் தந்தது!
அவன் கண்களில் தெரிந்த புது மாற்றம் எனக்கு
ஏமாற்றம் தந்தது!
ஆம் அவனுக்கு இன்னும் சிறிது நாட்களில்
திருமணமாம்!
தோழி என்பதால் முதல் பத்திரிக்கை!

பா. பிரியன் பாபு

இரத்த தானம்

திலீப், இவன் ஆணாய் பிறந்த அன்னை தெரசா பிறருக்கு உதவுவதற்க்காகவே பிறவி எடுத்தவன். தன்னால் முடிந்த உதவிகள் அனைத்தையும் பிறருக்கு செய்பவன். ' மனிதனாய் பிறந்தவன் பயனின்றி அழியக் கூடாது' என்ற மார்க்ஸிய கொள்கையை பின்பற்றுபவன். இயன்றதை இகழாமல் செய்ய நினைப்பவன். ஆனால் இவனின் நண்பன் குரு இவனுக்கு நேர் எதிர்மறையானவன். கொடுத்தால் குறையும் என்று எண்ணி சேமிப்பை மட்டுமே மையமாக கொண்டவன். எவ்வளவு சம்பாதித்தாலும் அதை சேமிக்க மட்டுமே நினைப்பவன்.

தன்னால் முடிந்த பொருளுதவியோ, பண உதவியோ பிறருக்கு செய்யுமாறு திலீப் அடிக்கடி குருவை கடிந்துரைப்பான். அதையெல்லாம் பெரிதும் ஏற்காதவன் குரு. இவர்களுக்குள் இப்படியான வேறுபாடுகள் இருப்பினும் இருவரும் நல்ல நண்பர்களே .இப்படியாக ஒருநாள் மருத்துவமனைக்கு இரத்ததானம் செய்ய சென்றிருந்த திலீபனை அழைத்து வர குரு சென்றிருந்தான். குருவை பார்த்த மருத்துவர் அவனிடம் தனது இரத்தத்தின் பிரிவினை விசாரித்தார். அவனின் இரத்தம் அரிய வகை இரத்தம் என்பதால் அவனையும் இரத்த தானம் செய்யுமாறு திலீபனும் மருத்துவரும் வற்புறுத்தினர். வேறுவழியின்றி ஒருமனதாக சம்மதித்தான் குரு.

இரத்த தானத்திற்கு பிறகும் கூட தனக்கு ஆர்வமில்லாத விஷயத்தை செய்ய வைத்ததற்காக திலீபனிடம் வாக்குவாதம் செய்து சண்டை இட்டான்

குரு. அதன் பிறகு முன்பு போல் சரியாக பேசாமல் இருந்தான் குரு .

பின்பு ஒருநாள் குருவிற்கு விபத்து ஏற்பட்டதாகவும் அவனுக்கு இரத்தம் தேவைப்படுவதாகவும் அவர்களின் பள்ளி வாட்ஸாப் குழுவில் குறுஞ்செய்தி வந்திருந்தது. இதைக்கண்டு அதிர்ந்த திலீபன் குருவை அட்மிட் செய்திருந்த மருத்துவமனைக்கு விரைந்தான். அங்குள்ள மருத்துவரோ, அவரின் இரத்தம் அரிய வகை என்பதால் இன்னும் கிடைக்கவில்லை என்று கூறினார். அப்போது குரு ஏற்கனவே ஒருமுறை இரத்த தானம் செய்திருப்பதாக கூறினான் திலீபன். பிறகு அந்த மருத்துவமனையைத் தொடர்பு கொள்கையில் அந்த இரத்தத்தை இன்னும் வேறு யாருக்கும் செலுத்தவில்லை ஆதலால் குருவின் இரத்தம் மீண்டும் குருவிற்கே செலுத்தப்பட்டது.
ஒருவேளை குரு அன்று இரத்த தானம் செய்யாதிருந்தால்?

குரு தன் தவறை எண்ணி திலீபனிடம் குமுறினான் தன் தவறையும் எண்ணி வலியுடன் கூடிய புன்னகையை வெளிப்படுத்தினான்.
கொடை கொடுக்க இயலாவிட்டால் குருதியாவது கொடுப்போம் !

மணி ராஜ். பா

அவள்+நான் = நட்பு+காதல்

சிறு வயதிலிருந்தே நண்பர்கள் அவளும் நானும் பள்ளி வரை ஒன்றாக படித்தோம் இன்பமோ துன்பமோ அவளிடமே எல்லாம் சொல்வேன் . அவளும் அப்படி தான். மிகவும் அழகான நாட்கள் .ஒரு கட்டத்தில் எனக்குள் இருந்த நட்பு காதலாய் மாறியது . சொல்ல தைரியம் இருந்தது அதை விட பயம் பல மடங்கு அதிகமாக இருந்தது காதலால் நட்பை இழந்திடுவேனோ? என்று அதனால் கடைசி வரை சொல்ல வில்லை அவளிடம்.

உயர்படிப்பிற்காக வெளியூருக்கு சென்றோம். பேசும் நேரம் குறைந்தது . ஆனால் அவளை கவனிக்க மறக்கவில்லை. அவளுக்கு என்மேல் காதல் என்று தோன்றியது. எனக்கு வந்த பயம் அவளுக்கும் இருந்திருக்கலாம் ஒருவேளை . நான் அதை ஒரு வாய்ப்பாக நினைக்கவில்லை. நாளுக்கு நாள் காதல் கூடிக்கொண்டே போனது . ஏக்கமும் ஏராளமாய் ஆனது . கையில் இருந்த ஒரு புகைப்படம் இரவில் அவளுடன் கற்பனையில் பேசிக்கொண்டேன்

நாள்கள் நகர்ந்தது. ஒரு நாள் காலையில் அவள் தொலைபேசியில் அழைத்தாள். என்ன இந்த நேரத்தில் எப்போதும் மாலையில் தானே அழைப்பாய் என்றேன். ஏதோ சொல்லி சமாளித்தாள் . பேச்சுவாக்கில் உன்னை பார்க்கனும் என்று சொன்னாள். கேட்கவில்லை என்றேன் . ஒன்றும் இல்லையே என்று மீண்டும் சமாளிக்க உள்ளே வரவா என்று கேட்டேன். என்ன என்று கேட்டாள். உள்ளே சென்றேன் .மருத்துவமனை கட்டிலில் அவள் என்னை பார்த்ததும் கண்ணீருடன் சிரித்தாள். உனக்கு தெரிய வேண்டாம் என்று நினைத்தேன் என்றாள். அதனால் தான் வெளியே நின்றேன் என்றேன். பத்து நிமிடத்தில் அழைத்து செல்வார்கள்

என்றாள். ம்ம் என்றேன் . திரும்பி வரும் போது உன்னிடம் ஒன்று கேட்பேன் . சரி , வேண்டாம் என்ற பதில் மட்டும் சொன்னால் போதும் என்றேன். அவளும் ம்ம் உயிரோடு வந்தால் சரி என எடுத்துக்க சொன்னால் அடுத்த வார்த்தை என் வாயில் இருந்து வந்தது நிச்சயம் வருவாய் என்றேன் . அவளை அழைத்து செல்ல வந்துவிட்டார்கள் அவள் கண்களில் பயம் இருந்தது ஆம் அவளுக்கு மூளையின் இரத்த கசிவு சில மணி நேரங்களில் வந்தாள் மயக்கமாக இருந்தாள். கைகளை பிடித்துக்கொண்டு சில மணிநேரம் எப்படி சொல்ல காதல் ஒன்றே எனக்கு ஆறுதலாக இருந்தது. கண் விழித்தாள் அவளும் ,சிறு புன்னகை அவள் இதழோரம். எனக்கோ கண் நிறைய கண்ணீர். முதல் வார்த்தை சரி என்றால் . என்ன என்று கேட்டேன். நீ கேட்க போகும் கேள்வி தெரியாது ஆனால் நான் கேட்க நினைப்பதாக இருக்கும் என்று நினைக்கிறேன் என்றாள் கள்ளி. என் ஏக்கம் பயம் காதல் வலி ,கண்ணீர் எல்லாம் அவள் கையை பிடித்த தருணமே பறந்து விட்டது. இக்கையை விட்டுவிடவே கூடாது என்று மட்டுமே என் மனம் கேட்டுக்கொண்டே இருந்தது. இறுக்கமாய் பிடித்து கொண்டேன் என் காதலுடன் அவளையும்........ என்னை நாளும் புன்னகைக்க வைக்கும் பூ அவள் என்னவள் "கண்மணி"

Maryam Ahamed Jeelani Sikkender

அந்த ஒரு நொடி புன்னகை

"இன்னும் மூணு நாள்ல தீபாவளி இன்னைக்காச்சும் தருவானா..? மாட்டானா..?" கேள்வியோடே துவங்கியது சுந்தரின் அன்றைய விடியல்.
கண்ணன் வதம் செய்தான்.. நரகாசுரன் இறந்துவிட்டான்..
ஆனால் இவன் இறந்ததை நினைத்து அதிகம் கவலைப்பட்டது நடுத்தரவர்க்கத்துக் குடும்பங்களாகவே இருக்கும்.
மளிகை..துணிகள்..பண்டங்கள்..பட்டாசு..மாறி மாறி மூளைக்குள் குடைய சிந்தனையில் மூழ்கியபடியே குளித்துக் கிளம்பினான்.அன்றைய பொழுதும் காலையில் எழுந்த கேள்விக்கும் பதில் அளிக்காமலே கழிந்தது.
பொதுவாகவே தீபாவளி சமயத்தில்தான் பணியாட்களுக்கு மூன்று நாட்களுக்கு மேல் விடுமுறை அளிப்பது வழக்கம்.மூன்று நாட்களுக்கு முன்னமே ஊக்கத்தொகை(போனஸ்) கொடுத்துவிட்டால் தொலைதூர பணியாட்கள் மேலும் இரண்டுநாள் சொந்த விடுப்பெடுத்து சிட்டாய் பறந்துவிடுவார்களாம்.அதை தடுத்து இரண்டுநாட்கள் தமக்குத் தேவையான பணி செய்ய அந்த முந்தைய நாளுக்காக காத்திருந்து அந்நாளின் காலையில் இனிப்பும் காரமும் கொடுத்து பணமும் தந்து பாசமாக...நிறைவாக..வழியனுப்புவார்கள்.இது சில முதலாளித்தனம் பெருத்தோரின் பெருமூளையும் சிறுமூளையும் சரிசமமாய் அமர்ந்து ஆலோசித்து கண்டுபிடித்த கொடூர கண்டுபிடிப்பின் விளைவு.
ஆசையோடு காத்திருக்கும் பிள்ளைகள் எழுதித் தந்த பட்டியல் மனதுள் விரிய அந்த நீண்ட

வரிசையுள் தன்னையும் திணித்துக் கண்களில் கனவுகள் நிறைய அந்த ஏ.டி.எம் வரிசையில் நின்றிருந்தான்."ஒரு வேளை நாம எடுக்குறதுக்குள்ள பணம் தீந்துருச்சுன்னா..?" ஒருவித பயம் தொற்ற தொண்டையுள் நாளையின் நினைவு உருண்டு வந்து அடைத்துக் கிடந்தது.தன் முறை வந்ததும் படபடப்போடு தன் அட்டையை திணித்து அதில் வேண்டிய தொகையை அடித்து தன் உழைப்பின் பலன் சடசடவென எண்ணப்படும் அந்த ஒரு நொடி கடந்த இரண்டு மூன்று நாட்கள் மனைவி..பிள்ளைகளின் ஆசைக் கேள்விகளுக்கு முகத்துக்குநேர் பதில் சொல்ல ஏதோ கூச பதிலற்றவனாய் அலைந்த நாட்களின் நினைவுகள் சட்டென ஓடி மறைய கண்களில் துளிர்த்த நீர் அந்த இயந்திரம் துப்பிய பணத்தை எட்டிப்பார்த்துவிட்டு உள்ளே செல்ல இதழ் தானாக புன்னகைத்துக் கொண்டது.

முத்து மீனாட்சி

யாரோ அவன்? என் உயிரின் வேரோ அவன்?

அழகான பனி விழும் மாலை
வேளையில் நிகழப்போவதை எதிர்
பாராமல் கைபேசியோடு உறவாடிக்
கொண்டிருந்த வேளையில், திடீரென்று
ஒரு சத்தம்.
படவரி கணக்கில் எனக்காக ஒரு
குறுஞ்செய்தி காத்துக்கொண்டிருந்தது..
எவரென்று நோக்க ஆர்வமுடன்
ஓடோடினேன்... என் மனதை கொள்ளை
கொள்ளப் போகும் கள்வனென்று
தெரியாமல்.. அவனைப் பார்த்ததும்
ஏதோ ஓர் இனம் புரியா உணர்வு!!
மாநிறம், ஒல்லியான தேகம்..
அவனுக்கும், மேனிக்கும் சம்மந்தமில்லா
ஒரு மேலாடை,
ரோஜா மலரின் முட்களை போல்
அவனின் கரு விழிகளுக்கு கவசமாய்
இருக்கும் மூக்குக்கண்ணாடி,
இத்தனைக்கும் மேல் கம்பனும் கவி
பாட வார்த்தை தேடும் வர்ணிக்க இயலா
பேரழகு அவன் உதட்டிற்கு கீழ்
இருக்கும் மச்சம்...
அவனை பார்த்ததும் பிடிக்க, பழகியதும்
நேசிக்க, இவள் உணர்ந்த காதலை
அவன் விழிகளிலும் கண்டால் இந்தக்
காதல் தாரகை, காதலை அவனும்
கூறவில்லை, இவளும்
கூறிக்கொள்ளவில்லை.

காதலுக்கு மொழி இல்லை என்பார்களே
அது இதுதான் போலும். அவனின்
வெற்றியில் இவள் கர்வமுற்றாள்,
இவளின் கஷ்டத்தில் அவன்
மனமுடைந்தான். தாயும் சேயும் போல,
நகமும் சதையும் போல,
அவனில்லாமல் இவளுக்கு உலகமே
இல்லை, இவளில்லாமல் அவனுக்கு
வாழ்க்கையே இல்லை என்றானது..
காலங்கள் சென்றது.. காதலில் கோபம்,
சண்டை, பொறாமை எல்லாம் சகஜம்,
இதில் வெற்றி கொண்டவர்கள் காதலும்
வெற்றி தான்.. ஆனால் அதில் நான்
தோற்றுவிட்டேன்.
ஒரு சிறு சண்டையினால் கன்னியின்
கண்களில் மலர்ந்த காதல் மலரை
உயிரோடு தீயிலிட்டான், உனக்கு வேறு
வேலை இல்லையா??
என்னை தொல்லை செய்யாதே என்று..
செத்துப் பிழைத்தேன் அவன் கூறிய
அந்த ஒற்றை வார்த்தையில்... அவனை
தொடர்பு கொள்ள இயலா வண்ணம்
அனைத்து இணையத்திலும்
முடக்கினான் அந்த பைத்தியக்காரன்...
அவனுக்கும் தெரியும் அவனின்
நினைவுகளை என் மனதிலிருந்து நீக்க
முடியாதென்று...
நாட்கள் கழிந்தது, மாதங்கள் சென்றது,
வருடங்களும் கடந்துவிட்டது...
அவனோடு உரையாடி... ஆனால்,
இன்றும் காத்திருக்கிறேன் அவனின் சிறு

குறுஞ்செய்திக்காக... விழிகளில்
வலியின் புன்னகையோடு.....!!!

Priya

தனிமையே நிலையானது

திடீரென தொலைபேசி மணி ஒலித்தது யார் என்று பார்க்கச் சென்றாள் கண்மணி . அவள் அண்ணன் அழைப்பில் இருந்ததைப் பார்த்து பேசினாள் அவள் அண்ணனுக்கு திருமணம் நடக்கப் போகும் செய்தி அறிந்து மகிழ்ச்சியின் உச்சத்துக்கே சென்றாள். ஒரு வாரம் கழிந்தது, அண்ணனின் அழைப்பிற்க்காக காத்திருந்தாள். அழைப்பு வர வில்லை, அவளே அவருக்கு அழைத்த போதும் சரியாகப் பிடி கொடுத்துப் பேசவில்லை. ஏதும் அறியாத கண்மணி, கவலையுடன் கண்ணீர் ததும்பி நின்றாள். கண்மணி, அவள் வீட்டில் ஒற்றைக் குழந்தை, சகோதரர் பாசத்திற்காக ஏங்கியவள், அவள் நேரில் கண்ட காட்சிகளும் திரைப்படங்களும் அவளது ஏக்கத்தைப் பெரிதாக்கியது .அண்ணன் என்று யார் வந்தாலும் ,என்ன சொன்னாலும் உடனே நம்பி விடுவாள் .அவர் அவளின் உடன் பிறவாச் சகோதரர். பள்ளிக்குச் செல்லும் போது பேருந்தில் பழக்கம் நன்றாகத்தான் பேசுவார், கவனமாகப் பார்த்துக்கொள்வார். ஏங்கி நின்ற கண்மணியின் மனத்திற்கு ஆறுதல் கிடைத்ததாக அவள் இன்புற்றாள். அனால், இன்று அவருக்கு திருமணம் ஆன உடன் கண்மணிக்கு அவரால் முக்கியத்துவம் கொடுக்க முடியவில்லை.தங்கை தானே யார் என்ன சொல்வார் எனக் கேட்க, ஊரில் யார் பேசமாட்டார்கள் என்று கூறிச் சென்று விட்டார். வாயடைத்துப் போன கண்மணி ,அவர் சொல்வதும் சரிதானே உறவுகள் வேடம் தரித்து ஏமாற்றியதை உணர்ந்தாள். கண்கள் நீர்த் துளிகளை நழுவவிட வாழ்க்கையின் தத்துவத்தை புரிந்து கொண்டாள். அவள் தனிமையே நிரந்தரமென கண்களை துடைத்துக் கொண்டு வெளியே வந்த கண்மணிக்கு

தொலைபேசியின் குறுஞ்செய்தி மணி ஒலித்தது. அதில்" என்னம்மா என்னை மறந்துட்டியா நான் தான் உன் அண்ணன்" என்று கலங்கிய கண்ணும் புன்னகைத்த உதடுமாய் நினைவுகள் திரையென ஓட மேலும் ஏமாற சக்தியற்றவளாய் நகர்ந்து சென்றாள் கண்மணி.

Sharika.D

ஆனந்த பூங்காற்றே

ஒரு பெரிய பணக்கார குடும்பத்தைச் சேர்ந்த பெண் சீதா.அவள் அம்மா,அப்பா,தாத்தா,பாட்டி,சித்தி,சித்தப்பா,பெரியம்மா,பெரியப்பா,அத்தை,மாமா என பல சொந்தங்களுடன் கூட்டுக்குடும்பமாக வாழ்ந்து வந்தவள்.அவளோ,அக்குடும்பத்தில் ஒரே பெண் என்பதால் வீட்டின் செல்ல மகளாக அனைவராலும் கொண்டாடப்பட்டாள்.அவள் கல்லூரிக்கு சென்று வரும் சமயத்தில்,ராம் என்ற ஒருவனின் அன்பாலும்,நற்குணத்தாலும் ஈர்க்கப்பட்டு அவனைக் காதலிக்கத் தொடங்கினாள்.அம்மா,தங்கை என சிறிய ஏழைக் குடும்பத்தில் வாழ்ந்து வருபவன் ராம்.கல்லூரி நேரம் முடிந்தவுடன் பணிக்கு சென்று குடும்பத்தை காப்பாற்றி வந்தான்.சீதா தன் காதலை ராமிடம் கூற அதற்கு ராமோ நீ பெரிய பணக்கார குடும்பத்துப் பெண்,உன்னை நான் திருமணம் செய்தால் பல பிரச்சனைகளும்,சிக்கல்களும் ஏற்படும்.ஆகையால் தன்னை மறக்குமாறு ராம் சீதாவிடம் கூற,அதை அவள் ஏற்றுக்கொள்ளவில்லை.தன்னை திருமணம் செய்து கொள்ளவில்லை என்றால்,தான் உயிரை மாய்த்துக் கொள்வேன் எனக் கூறி,அங்கிருந்து சென்றுவிட்டாள்.சீதா தவறான முடிவு எடுத்துவிடக் கூடாது என்பதற்காக அவனும் சீதாவை விரும்ப ஆரம்பித்தான்.தன் காதலைக் குடும்பம் ஏற்றுக்கொள்ளாது எனத்தெரிந்தும் அவனைக் காதலித்தாள்.பின் கல்லூரி காலம் முடியவிருந்த தருவாயில் தன் காதலனிடம் சென்று,நாம் இவ்வூரை விட்டு வேறொரு இடத்திற்கு சென்று திருமணம் செய்து கொள்வோம் எனக் கூற,ராம் அதை மறுத்தான்.நீயோ பணக்கார வீட்டுப்

பெண்,ஆனால் நானோ ஏழை.என் வருமானத்தால் தான் என் குடும்பம் வாழ்கிறது.என்னால் அவர்களை தவிப்பதை ஏற்றுக்கொள்ள இயலாது எனக் கூற,அச்சமயத்தில் அவனுக்கு ஒரு அஞ்சல்அழைப்பு வந்தது.அதில் அவனுக்கு வெளியூரில் பணிபுரிய ஒரு வேலைவாய்ப்பு எனக் குறிப்பிடப்பட்டிருந்தது.அதைக் கண்டவுடன் மிகவும் மகிழ்ச்சியடைந்தான்.அச்செய்தியை சீதா கேட்டவுடன்,உன் அம்மா,தங்கையையும் சேர்ந்து நாமும் வெளியூருக்கு சென்று திருமணம் செய்து கொள்வோம் என ஆனந்தத்துடன் கூறினாள்.அதற்கு ராம்,தன் தாய் உன்னை ஏற்றுக்கொள்வார்களா? என குழப்பத்துடன் கேட்டான்.சீதாவோ,நம் திருமணம் முடிந்தவுடன் அனைவரிடமும் கூறிக் கொள்வோம் என கூறினாள்.பிறகு ராம் அதை ஏற்று,மறுநாள் அதிகாலை தன் குடும்பத்துடன்,சீதாவையும் வெளியூருக்கு அழைத்துச் சென்றான்.அங்கு தன் அம்மா,தங்கையை ஒரு வீட்டில் குடியேற்றினான்.பிறகு,சீதாவை அழைத்துக் கொண்டு அருகிலிருந்த கோவிலுக்கு அழைத்துச் சென்று திருமணம் செய்துக் கொண்டான்.சீதாவின் வீட்டில் அவளைக் காணாமல் அனைவரும் தேடி அழைந்தனர்.அவளைக் காணாமல் குடும்பமே சோகத்தில் மூழ்கியது.அப்போது காவல் நிலையத்தில் புகார் கொடுக்க,சில மணிகளில் அவர்களுக்கு உண்மை தெரியவந்தது.அவளுடைய பெற்றோர் தன் மகள் திருமணம் செய்து கொண்டால் என்பதை விட,ஒரு ஏழையை திருமணம் செய்து கொண்டால் என்பதையே அவர்கள் பெருங்குற்றமாக கருதினர்.அவர்கள் தனக்கு இருந்த மகள் இந்த நிமிடமே

இக்குடும்பத்தில் இருந்து ஒதுக்கி வைக்கப்பட்டாள்.இனி அவள்,தன் மகளே இல்லை என அவளுடைய தந்தை அவளை வெறுத்து ஒதுக்கினார்.திருமணம் செய்தவுடன்,அங்கிருந்து வீட்டிற்கு சென்றான்.ராமைக் கண்ட அவனது தாய் மிகவும் பேரதிர்ச்சியுற்றாள்.அதிர்ச்சியில் மூழ்கிய அவனுடைய தாயின் அருகில் சீதா சென்று,அம்மா நாங்கள் செய்தது தவறு தான்,எங்களை மன்னித்து விடுங்கள் ஆனால் எங்களுக்கு வேறு வழி தெரியவில்லை,என் குடும்பத்தில் இதனை ஏற்றுக் கொள்ள மாட்டார்கள்.அதனால் தான் நாங்கள் இப்படி செய்தோம் எனக் கண்ணீர் மல்க கூறினாள்.அதற்கு அவன் தாய்,சீதாவைப் பார்த்து புன்னகித்தாள்.அதைக் கண்ட அவர்கள் குழப்பத்தில் ஆழ்ந்திட,அதற்கு அவன் தாயோ மருமகளே நீ எப்பொழுது பணக்கார வாழ்க்கையை ஒதுக்கி,அன்பிற்காக தன் மகனை திருமணம் செய்து கொண்டாயோ அப்பொழுதே நீ என் மகனுக்கு ஏற்ற மனைவியாகிவிட்டாய் எனப் ஆனந்தத்துடன் அவர்களை ஆரத்தி எடுத்து வரவேற்றாள்.பிறகு,சில நாட்கள் கழித்து சீதா தன் குடும்பத்தினரின் அன்பை தான் இழந்துவிட்டேன் எனப் பெரும் மன உளைச்சலுக்கு ஆளானாள்.கணவனின் அன்பும்,பாசமும் அவளுக்கு ஏற்பட்ட மன உளைச்சலை போக்கியது.இரண்டு ஆண்டுகளுக்கு பிறகு,அவர்களுக்கு அழகான ஆண் குழந்தை பிறந்தது.அவர்கள் மிகுந்த மகிழ்ச்சியடைந்தனர்.பின் சில நாட்களுக்கு பின்,குழந்தைக்கு பெயரிடும் விழாவிற்கு உறவினர்களை அழைக்கச் சென்றனர்.அப்போது அவள்,தன் குடும்பத்தையும் அழைக்கலாம் என எண்ணி,குழந்தையுடன் தன் ஊருக்கு இருவரும்

சென்றனர்.தன் வீட்டிற்கு வெளியில் மகள் நிற்பதைக் கண்ட அவளின் தாய்,சீதாவின் தந்தையிடம் சென்று,அவர்கள் வந்திருப்பதைக் கூறினாள்.அதற்கு அவள் தந்தை,எனக்கு மகளும் இல்லை தான் யாருக்கும் தந்தையும் இல்லை என கோபத்துடன் கூற,வாசலில் இருந்து சீதாவின் குரல் ஒலித்தது.அவள்,தந்தையே உங்கள் மகள் வந்துள்ளேன்.என்னுடன் உங்கள் பேரனும் வந்துள்ளான்.எங்களை நீங்கள் ஏற்றுக்கொள்ள மாட்டீர்களா?என கண்ணீருடன் நின்றாள்.அவளுடைய தாயோ நம் செல்லமகள் வந்துள்ளாள்.அவளை உள்ளே வா என கூப்பிடுங்கள் என மன்றாடி கேட்டாள்.அதற்கு அவள் தந்தையோ செவி சாய்க்கவில்லை.பிறகு வீடே அமைதியாயிற்று.அச்சமயத்தில்,குழந்தை புன்னகிக்கும் சத்தம் கேட்டது.அதுவோ, சீதாவின் குழந்தையுடைய புன்னகை ஒலி.அந்த புன்னகை ஒலியைக் கேட்டதும்,சீதாவின் தந்தை ஓடோடி வந்து வாசலில் நிற்க,அக்குழந்தையின் புன்னகையில் அவர் மனம்மாறி அக்குழந்தையை சீதாவிடமிருந்து பெற்று,என் பேரன் என்னைப் போலவே இருக்கிறான் என் சிங்கக் குட்டியே உன் அழகிய புன்னகையால் என் கோபத்தையே நீ திசைதிருப்பிவிட்டாயே எனக் கூறி தன் மகளையும்,மருமகனையும்,பேரனையும் ஏற்றுக்கொண்டார்.இவ்வாறு புன்னகையால் ஒரு குடும்பமே ஒன்றாக இணைந்தது.ஆகையால்,புன்னகையை விட சிறந்த தீர்வு இவ்வுலகில் ஏதுமில்லை.

ர. லோஹிதா

அவளின் பிரிவும் புன்னகையிலே

அன்று காலை 8 மணி கல்லூரிக்கு செல்லலாம் என்று கிளம்பினேன் . ஏனோ மனதில் ஒரு தயக்கம் இருந்தது. அவள் அம்மா அவளை கல்லூரிக்கு

செல்ல வேண்டாம் என்றார். அப்பாவோ என்றும் இல்லாமல் இன்று செல்ல வேண்டாம் என்றார். இவள் அதனை கேட்காமல் சென்றாள். இவள் தன் தோழியுடன் சண்டை இட்டு இருந்தாள். இருவரும் பேசியே 2 மாதங்கள் ஆனது. காலை 9.30 மணி அளவில் இவள் கல்லூரிக்கு சென்று விட்டாள். அவளை சந்திக்க தினமும் இவர்கள் பேசும் அந்த இடத்தில் நின்று கொண்டிருந்தாள் அவளோ இவளை பார்த்தும் பக்காத வாரே சென்றாள். இவள் மனதில் சோகம் இருந்தாலும் இவள் தனது புன்னகையாலே அதனை சரி செய்தாள். காதலர்கள் போல் இருவரும் வாழ்ந்து வந்தனர் முதலில் ஆனால் இன்று எதிரிகளை போல் வாழ்கின்றனர்.இவள் அவள் வேண்டும் என்று நினைக்கிறாள். தினமும் ஒரு 7 முறையாவது அவளிடம் பேச முயற்சிப்பாள். ஒவ்வொரு முயற்சியிலும் இவளுக்கு கிட்டிய பலன் வெறும் புன்னகையும் பாடமும் மட்டுமே... இரண்டு வாரத்திற்கு பிறகு இவள் முயற்சி செய்வதை நிறுத்திவிட்டால் ஏன் தெரியுமா அந்த புன்னகை இவளை வலிமையாக்கியது. அவளது நினைவுகள் எல்லாம் இவளை கலங்க வைக்கிறது. இருந்தாலும் அவள் எங்கையோ மகிழ்ச்சியாக இருகிறாய் என்பதால் இவளும் சிரிக்கிறாள். அவளின் பிரிவை தாங்க முடியாத இவள் தன் மனதை யாரிடம் சொல்ல என்று தெரியாமல் மனதில் வைத்துக்கொண்டே இருந்தாள். ஒரு நாள் இவள் கைபேசி *"உனக்கென மட்டும் வாழும் இதயமடி உயிர் உள்ளவரை நான் உன் அடிமையடி "* என்று ஒலித்தது. இந்த பாடல் வரிகளை இவள் அவளின் அழைப்பு மணியாக வைத்திருந்தாள். மனதில் மகிழ்ச்சியோடு வந்து அந்த அழைப்பை எடுத்தால் அவளின் குரல் கேட்டதும் இதுவரை கொள்ளாத மகிழ்ச்சி கொண்டாள். அந்த நொடி இவளுக்கு எதுவும் புரியவில்லை. அவளின் மறு நட்பு கடவுள் தந்த இரண்டாம் வாழ்க்கையா இல்லை இவள்

புன்னகையின் பரிசா என்று எண்ணும்போது அது எல்லாம் இவள் மற்ற தோழிகள் செய்த செயல் என்று தெரிந்தது. இப்படி நண்பர்கள் கிடைக்க இவள் தான் ஏதோ புண்ணியம் செய்திருக்க வேண்டும்.

த. அருணா

பசுமை பொங்கிடும் கிராமத்தில் செம்மண்ணை வெட்டி எடுத்து தினந்தோறும் மண்ணை தரப்படுத்தி பக்குவமாய் கொண்டு வந்து சேர்த்திடுவான் கோவலன். அவனது மனைவி அவனுக்கு அருகில் இருந்தே தேவையான உதவிகளை எல்லாம் செய்திடுவாள். செய்யும் வேலையை தெய்மாய் போற்றி மதித்திடும் பழக்கம் கொண்டவன் கோவலன் அவனுக்கு ஒரு மகனும் ,ஒரு மகளும் உண்டு. மகன் இளவேனில் இளங்கலை வேளாண்மை துறையில் இரண்டாம் ஆண்டு படித்து வருகின்றான். மகள் தமிழ்விழி பன்னிராண்டாம் வகுப்பில் உயிரியியல் பிரிவில் படித்து வருகின்றாள். தமிழ்விழி தாய்க்கு தன்னால் முடிந்த வீட்டு வேலைகளை எல்லாம் செய்து கொடுப்பாள். தந்தையின் செல்லப்பிள்ளையாய் வளர்ந்தவள். அனைவரிடமும் அன்பும் பாசமும் கொண்டவள். கோவலன் தன்னுடைய வேளையில் பம்பரமாய் சுழன்றிடுவான். சக்கரத்தின் மையத்தில் வைத்து மண்ணை அள்ளி எடுத்து சக்கரத்தின் சுழலவிட்டு மெது மெதுவாய் நீர் தெளித்து இரு கைகளும் ஒன்றாய் வேலை செய்து அழகாய் பானையை உருவாக்கிடுவான். அவனின் வேலைப் பளுவை குறைத்திட இளவேனில் வேலையை பகிர்ந்து கொண்டிடுவான். ஒரு நாளைக்கு பத்து முதல் இருபது மண்பானைகள் வரை செய்து வந்தனர். நாள்கள் செல்ல செல்ல கோவலனுக்கு உடல் சோர்வு ஏற்பட ஆரம்பித்தது. முன்பு செய்த வேலை மாறி இப்போதோ செய்ய முடியாமலே திணறினான். ஒரு நாள் மண்ணை மண்வெட்டி கொண்டு வெட்டி எடுக்கும் போது மயக்கம் வந்து கீழே விழுந்து விட்டான், அன்றோ விடுமுறை நாள் என்பதால் அங்கு சாப்பாடு கொண்டு வந்திருந்த தமிழ்விழி பதறி அடித்து ஓடி வந்தே தந்தையை தூக்கினாள்." என்னப்பா ஆச்சு"?... என்று அவளின் குரலும் ததும்பிய வழியே கண்ணீரை கொண்டு முகம் துடைத்து தண்ணீரை முகத்தில் அடித்து

ஓய்வெடுக்க வைத்தாள். தன் அண்ணனுக்கு அழைப்பு விடுத்து தந்தை கீழே விழுந்ததை சொல்ல அவனோ அம்மாவிடம் எதையும் சொல்லாமல் தலைதெறிக்க ஓடி வந்தான். "என்ன ஆச்சு ப்பா?.." என்று மூச்சு வாங்க வியர்வை துளியோ வழிந்தோடிட அவனின் பயம் தென்பட்டது. ஒன்னுமில்லடா... இளவா கொஞ்சம் வெயில்ல அதிக நேரமா நின்னு வேலை பார்த்தேன்ல அதுனால தான் என்று தந்தை சொல்வதை கேட்டு மனம் அமைதி அடைந்தான். தன் சகோதரியிடம் அப்பாவை வீட்டுக்கு அழைத்துப் போக சொல்லிவிட்டு அம்மாவிடம் எதுவும் சொல்ல வேண்டாம் என்றான். இன்னும் கொஞ்சம் வேலை தா இருக்கு டா ... முடிச்சுட்டு போறேன் தந்தை சொல்ல ... நீங்க வீட்டுக்கு போய் நல்லா தூங்குகப்பா... நான் பார்த்துகிறேன் .. என்று சொல்லிவிட்டு மண்வெட்டியை கையில் எடுத்து வேலையை தொடங்கினான். அவர்கள் இருவரும் வீட்டுக்கு சென்றனர். அங்கு அம்மா என்னடி அதுக்குள்ள வந்துட்ட என்று தமிழ்விழியிடம் கேட்க அம்மா பயந்துவிடுவளே... என்று எண்ணியே சும்மாதா ம்மா... வந்துட்டேன் என்று சொல்லி சாமாளித்தாள். தன் கணவனிடம் சென்று என்னங்க வேலையெல்லாம் முடிஞ்சா என்று கேட்க ம்ம்ம்... முடிஞ்சு என்று என்று எப்போதும் போல சரியா பேசாததையும் முகம் வாட்டத்தையும் கண்டு என்னாச்சு என்று மீண்டும் மீண்டும் கேட்க தொடங்கினாள். நடந்தவற்றையெல்லாம் கோவலன் சொல்ல எதுங்க இப்புடி வெயில்ல வேலை பாக்குறீங்க... என்று சொல்லி அழுதுவிட்டாள்... உங்களை விட்டா எங்க மூனு பேருக்கும் யாரு இருக்கா... என்று சிறு குழந்தையாய் தேம்பி தேம்பி அழ ஆரம்பித்தாள். அவளை ஒரு வழியாக சமாதானப்படுத்தினான் கோவலன். நாட்கள் செல்ல செல்ல வேலையும் தொய்வு ஏற்பட ஆரம்பித்தது. இளவேனிலும் கல்லூரி செல்வதால் தனி

ஒருவனாய் கஷ்டப்பட ஆரம்பித்தான். தந்தையின் கஷ்டங்களை எல்லாம் புரிந்து கொண்ட இளவேனில் தன் வகுப்புகளை முடித்தவுடன் தனது நண்பர்களுடன் இருக்கும் நேரத்தை குறைத்து கொண்டு தினமும் வீடு திரும்ப ஆரம்பித்தான். வீடு வந்ததும் தன் வேலைகளை எல்லாம் முடித்துவிட்டு தந்தை வேலை செய்து கொண்டு இருக்கின்ற இடத்திற்கு சென்று அவரை அனுப்பி வைத்துவிட்டு மீதமிருக்கும் வேலைகளை எல்லாம் செய்து முடித்துவிட்டு இரவு அவன் வருவதற்கு பத்து மணி ஆகிவிடும். அவ்வப்போது தான் அவன் மண்வெட்டியை பிடித்து வேலை செய்வதால் கைகள் இரண்டும் சிவந்து எரிச்சல் கொண்ட வேதனையை கண்டு அவனின் கண்களில் இருந்து ஆனந்த கண்ணீரை வடித்தான். தன் தந்தையும் இது மாறி தானே நமக்காக கஷ்டப்படுகிறார் என்று அவனின் மனதில் ஓடியது. தாயோ சாப்பாடு பறிமாறும் போது அவன் கைகள் சிவந்து இருப்பதை கண்டாள். அவனோ அம்மாவிற்கு தெரிய கூடாது என்றே கைவிரல்களால் உள்ளங்கைகளை மடக்கிக் கொண்டான். கஷ்டப்பட்டு ஒரு வழியாக சாப்பிட்டு தூங்க சென்றான். அவனின் கைகளிலே மெதுவாய் தூக்கம் கலைந்துவிட கூடாது என்று எண்ணியே தேங்காய் எண்ணெயை மெதுவாய் தடவி விட்டாள். தாயின் அன்பை அரை தூக்கத்திலே பார்த்து கண்ணீர் கொண்டு ஆற்றுகின்றான். மறுநாள் பொழுதும் விடிந்தது அவரவர் வேலைகளை செய்து கொண்டு இருந்தனர். நாள்கள் செல்ல வீட்டின் வருமானமும் குறைய தொடங்கியது. தந்தையின் வேலையில் தொய்வும் அதனோடு மண்பாண்டங்களின் விலையும் சரிந்தது. விலை சரிவை கண்ட இளவேனில் தனது கல்லூரி நேரம் போக மீதமிருக்கின்ற நேரத்தில் பகுதி நேர வேலையாய் பள்ளி மாணவர்களின் வீட்டிற்கே சென்று தேர்வுக்கான பயிற்சிகளை சொல்லி கொடுக்க ஆரம்பித்தான். அதிலே கணிசமான வரவு

வர ஆரம்பித்தது. தந்தையின் உடல்நிலை மோசமாக இறதியாய் வீட்டிலே படுத்த படுக்கையாய் ஆகிவிட்டார். தந்தையை நினைத்து கண்ணீர் சிந்தினான். தாய் படும்பாட்டை எண்ணியும் தங்கையின் படிப்பை எண்ணியும் கவலை அடைய ஆரம்பித்தான்.

வருடங்களும் நகர்ந்தன. தமிழ்விழியும் தன் பள்ளிப்படிப்பை முடித்துவிட்டு வீட்டின் நிலையறிந்து மேற்படிப்பை தொடரவில்லை அண்ணன் சொல்லியும் கேட்கவில்லை. பால் விற்பனை நிலையத்தில் கணக்கு மேற்பார்வையாளராக சேர்ந்து பணியாற்றினார். மாதம் ஆறாயிரம் ரூபாய் சம்பளம் கிடைத்தது. அண்ணன் எடுக்கின்ற வகுப்புகளும் கொஞ்சம் கொஞ்சமாய் பெருகியது. ஒன்னு இரண்டு என்கிற நிலையில் இருந்து படிப்படியாய் பத்து , பதினைந்து என்ற நிலைக்கு வந்ததும் அவனுக்கும் வரவு அதிகரித்தது. கல்லூரி முடிந்து அப்படியே வகுப்புகள் எடுக்க சென்றுவிடுவான். இரவு வருவதற்கு பதினொறு மணிக்கு மேல் ஆகி விடும். தங்கையும் வேலை முடித்து வருவதால் வந்த அலுப்பிலே சாப்பிட்டுவிட்டு தூங்கிவிடுவாள். தாய் எல்லா வேலைகளையும் செய்து முடித்துவிட்டு கணவருக்கு சாப்பாடு வைத்து சாப்பிடவிட்டு இளவேனில் வருகையை எண்ணியே காத்துக்கிடப்பாள். ஒரு பக்கம் வேலை பார்த்த களைப்பிலே அவளை அறியாமலே தூக்கம் வந்து தடுமாறுவாள். அவன் வந்ததும் சாப்பாடு வைத்து பறிமாறிவிட்டு இருவரும் தூங்க சென்றனர். தாய் தூங்கும் போது தம் குடும்பத்தை நினைத்து அழுத்து புலம்பினாள். "ஆண்டவா எங்கல ஏன் இப்புடி சோதிக்கிற...நாங்க என்ன பண்ணோம்" என்றே புலம்பி கண்ணீர் வழிந்தோடியபடியே கண்களை மூடி உறங்கினாள். ஒரு புறம் இளவேனில் கைகால் வலியால் அவ்வப்போது புலம்பி படியே தூங்கிவிடுவான். இளவேனிலும்

தனது இறுதி ஆண்டு கல்லூரி தேர்வை எழுத தயாராகினான். தாயிடம் சென்று தனது பகுதி நேர வேலையை தேர்வு முடியும் வரை எடுக்கமாட்டேன் ம்மா.. என்றான்... நீ படி டா... தங்கம் நான் பார்த்துக்கிறேன் என்றாள் அம்மா. தங்கை தமிழ்விழியும் நீ படி அண்ணா... நான் தான் வேலைக்கு போறேன்ல... நீ எதையும் நினைச்சு கவலைப்படம... படிக்கிறத பாரு... ம்ம்.... நான் படிக்கிறேன் என்று கிளம்பினான்... இரவும் பகலும் அயராது படிக்க தொடங்கினான். தேர்வும் நெருங்கியது தினமும் தேர்வுக்கு தயாராகினான். தேர்வினை எல்லாம் சிறப்பாக எழுதினான். அழகான கல்லூரி நாட்களையும் நண்பர்களையும் ஒருவரையொருவர் பிரியும் தருணம் வந்தது. கண்களில் கண்ணீர் துளிகளோடு விடைப்பெற்றனர். வீட்டிற்கு திரும்பிய இளவேனில் சில நாட்கள் வகுப்புகளை தொடர்ந்து முழு நேரமும் எடுக்க சென்றான். ஒரு மாதம் கழித்து அஞ்சல் வந்தது கல்லூரியில் பதிவு செய்த வேலை வாய்ப்பு முகாமில் இருந்து ஒரு நிறுவனம் நேர்காணலுக்கு அழைப்பு விடுத்து இருந்தது. தாயிடம்அதை கொண்டு வந்து காண்பித்தான் சந்தோஷப்பட்டாள். தந்தையிடம் போய் சொன்னான். அவருக்கு தன் மகன் வளர்ந்து விட்டான் குடும்பத்தை நல்லா பார்த்துக்கிறுவான் என்று நினைத்தப்படியே ஆனந்த கண்ணீரை வடித்தார். " நீங்க எதுக்கு ப்பா... கவலைபடுறீங்க...நான் பார்த்துக்கிறேன் பா... நம்ம குடும்பத்த.."என்று சொல்லி கலங்கினான். அடுத்த நாள் நேர்காணல் செல்வதற்கு வெகு சீக்கிரமாய் கிளம்பி சென்றான். வீட்டில் சொல்லிவிட்டு அந்த நிறுவனத்தின் முகவரிக்கு சென்றான். அங்கு சிறிது நேரம் காத்திருந்தான். அவன் பெயர் சொல்லி அழைக்க உள்ளே சென்றான். நேர்காணல் சிறிது நேரம் அதிகமாக நடந்து கொண்டிருந்தது . முடிவில் "நீங்க எங்கள் நிறுவனத்திற்கு தகுதி பெற்றுள்ளீர்கள்.." என்று சொன்னதும் அவன்

அளவுகடந்த மகிழ்ச்சியில் திளைத்தான். வீட்டிற்கு வரும் போதே பல கனவுகளை எல்லாம் மனதிலே ஓடிக் கொண்டு இருந்தது. ஆனால் அங்கோ... உடல் நிலையில் மிகவும் மோசமானதால் கோவலன் பேச்சு மூச்சுமின்றி உயிர் பிரிந்தது. அவன் வீட்டிற்கு செல்லும் வழியில் ஒரே கூட்டம் கொஞ்சம் பயத்துடன் வீட்டிற்கு சென்றான். அங்கு அலறல் சத்தம் கேட்டு ஆடிப் போய் நின்றுவிட்டான். தாயின் பிரிவும் தங்கையின் கதறலும் எல்லாமே சேர்த்து கண்ணீரை எல்லாம் கொட்டி தீர்த்தான். இறுதி சடங்குகளை தன் தந்தைக்கு செய்தான். கண்களில் வடிந்த கண்ணீரில் அவனின் பேச்சும் கலந்து இருந்தது. "எங்கள ஏன் ப்பா... விட்டு போன..." நான் வேலை கிடைச்ச உங்ககிட்ட சொல்ல ஓடி வந்தேனே..." உன்ன சந்தோஷப்படுத்தி பாக்கனும் ஆசைப்பட்டேனே..." என்று உள்ளுக்குள்ளே கதறினான். எல்லா சடங்குகளும் முடிந்தது. தன் தந்தையின் இறப்பு காரணமாக நிறுவனத்தில் சேர்ந்து கொள்வதற்கு மூன்று நாட்கள் அனுமதி கேட்டு இருந்தான். அது ஏற்று கொள்ளப்பட்டு அவனுக்கு அனுமதி தந்தது. தாயிடம் சென்று அப்பா இல்லனு நினைக்காத ம்மா...நான் இருக்கேன்... உங்களையும் தங்கச்சியும் நான் பார்த்துப்பேன் என்று தேற்றினான். தாயிடம் தனது வேலை கிடைத்ததை காண்பித்து விட்டு தங்கையிடம் ஆறுதல் செய்தான்." நீ மேல படிக்கணும் அதுக்கு எவ்வள செலவு வந்தாலும் நான் பார்த்துகிறேன் நீ எதும் வேணாம் சொல்லாம படிக்கனும்..." சரி என்றாள்

இளநிலை தமிழ் பட்டப்படிப்பை படிக்க ஆசை என்றதும் அதற்கு தேவையான செலவுகளை கல்லூரியில் சென்று விண்ணப்பித்தான். தாயின் வேலைகளை எல்லாம் கொஞ்சம் கொஞ்சமாய் குறைக்க தொடங்கினான். நிறுவனத்தில் இளவேனில் வேலை ஆர்வத்தையும் சுறுசுறுப்பையும் பார்த்து தலைமை அதிகாரி

இவருக்கு மாத சம்பளத்தை அதிகப்படுத்தினார். போக போக இளவேனிலுக்கு நிறுவனத்தில் பொறுப்புகள் கூடியது. வேலை செய்யும் நேரத்தை விட நிறுவனத்திற்கு அதிக நேரத்தை செலவிட்டான். இதை ஒரு நாள் கண்ட நிறுவனர் தலைமை அதிகாரியை அழைத்து இளவேனில் பற்றி கேட்டு தெரிந்து கொண்டது மட்டுமில்லாமல் உங்களுக்கு அடுத்து முக்கிய பொறுப்பினை கொடுங்கள் என்று ஆணையிட்டார். இதை சற்றும் எதிர்பாராத இளவேனில் மகிழ்ச்சியில் திளைத்தான். தன் தாயிடம் சென்று நடந்தவற்றை எல்லாம் சொன்னான். தாய் பெருமிதம் கொண்டாள். தந்தையின் வேலையை விரிவுப்படுத்தி வேலைக்கு ஆட்களை நியமித்தான். தன் தாய் சென்று வேலை நடப்பதை பார்த்து வருகின்ற நிலையை கொண்டு வந்தான். ஊரே நின்று வேடிக்கை பார்த்தது அன்று... கை கொடுக்க ஆளில்லை என்று ஏங்கினேன். என் கைகளை பற்றி கொள்ள இரு ஜீவன்கள் இருக்கின்றன நான் வாழ்வதற்கும் என்னை வாழ வைக்கும் அவர்கள் என் தாய்.... தங்கை... மட்டுமே என்று தன் குறிப்பில் எழுதினான்.

கு. ரமேஷ் குமார்

அந்த ஒரு நொடி

பூக்களின் இதழ்கள் நம்மேல் உதிரும் போது தேவதை என்று நினைத்து கொள்வோம், சிரிப்போம் அது ஒருவிதமாக மகிழ்ச்சியாக தான் இருக்கும் ஆனால் அந்த பூவிற்கு மட்டுமே தெரியும் அந்த பிரிவின் வலி . அதே போல் தான் ஒரு பெண்ணும் பூவைப் போல அவள் எவ்வளவு அழகாக, மென்மையாக , மேன்மையாக இருந்தாலும் காயத்தை தனக்குள்ளே பூட்டிக்ககொள்வாள் ஆம் . ஒரு பெண் தான் வாழ்வில் சந்திக்கும் அந்த ஒரு சந்தோஷத்தின் வலி என்ன என்று பார்ப்போம். ஒரு குடும்பத்திற்கு பெண் குழந்தை பிறக்கிறது , எக்காலமாக இருந்தாலும் "பெண் குழந்தை பிறந்திருக்கு" என்றால் சலிப்பு வந்த பிறகே சந்தோஷம் வரும் ஏன்னென்றால் கடமைகள் ஏராளம். அந்த குழந்தையை அன்பாக , தேவதைப்போல் வளர்க்கிறார்கள் .அந்த குழந்தை சிறப்பாக படிக்கிறது , விளையாடுகிறது . நாளாக நாளாக மெத்தை நடையிட்டவலள் இப்போது வளர்ந்து விட்டாள் . கல்யாண வயதும் வந்தாச்சு . மாப்பிள்ளையும் கிடைச்சாச்சு . யாரோ அமெரிக்கா மாப்பிள்ளையாம் . கண்டிப்பா வரதட்ச்சனை ஏராளமாக கொடுக்கணும் .அப்பாவும், அம்மாவும் ஊரில் இருக்கும் நிலத்தை வித்து , பரம்பரை நகைகள் வைத்து கல்யாணம் செய்கிறார்கள் . இது வரைக்கும் வாழ்கையில் பட்ட அனைத்து அடிகளும் கண்ணீர் வெள்ளத்தால் அழிந்தன . அந்த அம்மாவிற்கு பேச்சே வரல , கைஇருந்தும் , காலிருந்தும் எதுவும் தனக்கு இல்லை என்பது போல் இருக்கிறாள் . பள்ளியை விட்டு அம்மா பசிக்குது (ணு) கத்துரக் குரல் கேட்காது. நான் காலேஜ்(college) போயிட்டு வரேன் மா அந்த குரலும்

கேட்காது. என்ன தான் அம்மா பையன் நெருக்கமாக இருந்தாலும் அம்மாவிற்கு தன் பெண் குழந்தையே புகுந்த வீட்டின் தாய் ! மா சாப்டியா (ணு)
செல்ல குரலுல யார் கேட்பா . தலைவார அடித்துக்கொள்வோம் என தன் மகளை பற்றி நினைத்து கொள்கிறாள் . அப்பவிற்க்கோ புயல் ஓஞ்சி அடிசப்புல இருக்கு .
சின்ன சின்ன சண்டைபோடும் தம்பியின் சின்ன கண்களில் கண்ணீர் நிரம்பின . வீட்டிற்குள் வந்தார்கள் கல கல என்ற சிரிப்பு சத்தம் கைபேசியில் மட்டுமே கேட்க முடியும் . சரி சரி நாளைக்கு அவ அமெரிக்கா (America) போறா அவளுக்கு புடிச்ச இனிப்பு செய் என்றார் அப்பா . அம்மாவும் இனிப்பு செய்கிறாள் அவளை நினைத்துக் கொண்டே . என் மடியில் தவழ்ந்த குட்டி இப்போது அமெரிக்கா போறா . ம்ம் .... காலம் ஓடிட்டு தான் இருக்கு ..

எப்பவுமே வலியில் சிரிக்க தெரிந்தவர்கள் பெண்கள் ஆனால் அதில் வல்லுனர்கள் அம்மாக்கள் மட்டுமே. என்னத்தான் திருமணம் சந்தோஷத்தை கொடுத்தாலும் அது பிரிவின் வலியையும் கொடுக்கும்.

Akkshaya Prasanna

புண் நகை

காலை ஏழு மணிக்கு ஒலித்த அலாரத்தை நிறுத்தி விட்டு மீண்டும் தூங்கினான் வருண். அம்மாவின் மிக்சி அரைக்கும் சத்தமும் அப்பாவின் "கோகிலா அலுவலகத்திற்கு நேரமாச்சு" என்ற கனத்த குரலும் அவனை தூக்கத்தில் இருந்து எழுப்பியது. தன் படுக்கையறைக் கதவை திறந்து எட்டிப் பார்த்தான் வருண், அப்பா பதற்றத்துடன் அலுவலகத்திற்கு கிளம்பி வாசலை அடைந்ததை உணர்ந்து சத்தம் இல்லாமல் சோபாவில் சரிந்தான். சோபாவின் 'கீச்' என்ற சத்தம் மோகனின் காதில் விழுந்து, திரும்பிய போது வருண் சோபாவில் படுத்திருந்ததை ஓரக்கண்ணால் முறைத்துக் கொண்டு கிளம்பினார். வருண் கல்லூரிக்கு வேக வேகமாகக் கிளம்பிப் பேருந்து நிலையத்தை அடைந்தான். பேருந்தில் ஏறி கல்லூரியை அடைந்தவுடன் "டேய் மச்சான்" என்ற குரல் அவனைத் திரும்பிப் பார்க்கச் செய்தது. வருணின் நண்பன் ஆகாஷ் அவன் வருகையை எதிர்நோக்கி கல்லூரி வாசலில் காத்துக் கொண்டிருந்தான். இருவரும் பேசிக் கொண்டே நடந்து சென்று வகுப்பறைக்குள் நுழைந்தனர். வகுப்பறை இரைச்சலோடு இருக்க ஆங்கில பேராசிரியர் கையில் ஒரு துண்டுச்சீட்டுடன் நுழைய அனைவரும் அமைதி காத்தனர். "ஸ்டூடண்ட்ஸ் ஒரு முக்கியமான தகவல்" என்று ஆரம்பிக்க அனைவரின் காதுகளும் கூர்மை ஆனது. "நம்ம அடுத்த வாரம் சுற்றுலா போறோம்" என்றவுடன் குதூகலத்துடன் கூச்சலிட ஆரம்பித்தனர். ஆகாஷ் வருண் தோளைத் தட்டி "மச்சான், கண்டிப்பா போறோம்.. " என்றான் மகிழ்ச்சியுடன். வருணின் நினைவுகள் அவன் வீட்டை சுற்றியது அவன் வீட்டு நிலைமையையும் அப்பாவின்

கஷ்டத்தையும் யோசித்துக் கொண்டிருந்தான். "டேய் மச்சான் என்னடா யோசிக்கிற" என்று ஆகாஷ் தோளைத் தட்ட நினைவுகளில் இருந்து திரும்பினான் வருண். "என்ன யோசிக்கிற?, சுற்றுலாப் போக நாளைக்கு காசு கொண்டு வந்துரு" என்றான் ஆகாஷ். தன் அப்பாவின் கஷ்டத்தை புரிந்து கொண்டு, "டெல்லி..ஒரே போர் நண்பா" என்றான் சிரித்துக்கொண்டே.

மாலை வீடு திரும்பியதும் "கல்லூரில என்ன நடந்துச்சு பா " என்ற தன் அம்மாவின் கேள்விக்கு பதில் அளிக்காமல் படுக்கையறைக்குள் நுழைந்தான் வருண். கோகிலா புலம்பி கொண்டே சமையல் அறைக்குள் புகுந்து இரவு உணவு சமைக்க ஆரம்பித்தாள். கடிகார முள் ஆறை நெருங்கையில் தன் கணவனின் வருகையை வாசலில் நின்று எதிர்பார்த்து கொண்டிருந்தாள்.

மோகன் வீட்டை அடைந்தார் பகல் நேர வேலைக் களைப்புடன் வீட்டுக்குள் சென்றார். "வருண் சாப்டானா?"என்று கோகிலாவிடம் கேட்டுக் கொண்டே சோபாவில் அமர்ந்தார். அந்த நேரம் வருணின் போன் அடித்தது. மோகன் அந்த அழைப்பை ஏற்றார்."வருண் நாளைக்கு மறக்காம 4000 கொண்டு வந்துரு டா, டெல்லி போற பட்டியல உன் பேரு குடுத்துட்டன்" என்று ஆகாஷ் போனை வைத்து விட்டான்.

அடுத்த நாள் வருண் கல்லூரிக்கு சோகமாக கிளம்பி சென்றான். "வருண் காசு கொண்டு வந்துட்டியா?" என்று ஆகாஷ் கேட்க. "இல்ல மச்சான் நான் வரல"என்றான் வருண் மெல்லிய குரலில். "உன் பேரு இறுதிப் பட்டியல இருக்கு டா" என்றான் ஆகாஷ். "என்ன சொல்ற, நா வரல டா" என்று

மறுத்து விட்டான் வருண். ஆகாஷ் வருணை கட்டாயப்படுத்தி சம்மதிக்க வைத்தான்.
வருண் வீட்டிற்குச் சென்று அப்பாவிடம் எவ்வாறு சொல்வதென்று யோசித்துக்கொண்டே இருக்கும் பொழுது அப்பாவின் ஓட்டை வண்டிச் சத்தம் வருண் காதில் விழுந்தது. இரவு உணவை முடித்து விட்டு மோகன் தன் அறைக்குள் சென்றார்.
வருண் தயக்கத்துடன் தன் அப்பாவின் அறைக்குள் புகுந்தான். 'அப்பா' என்றான் மெல்லிய குரலில். "வருண் வா பா" என்றார் மோகன். "அப்பா எங்க கல்லூரியில்.." என்று வருண் ஆரம்பிக்க. "டெல்லி நல்ல இருக்கும் வருண் நீ கண்டிப்பா போய் பாக்கணும்" என்று தன் அப்பா சொன்னவுடன் வருணுக்கு என்ன நடக்கிறதென்று புரியவில்லை. "5000 அம்மா கிட்ட குடுத்துருக்கு வருண் நாளைக்கு வாங்கிட்டு போ" என்றார் மோகன். ஒன்றும் புரியாதவனாய் வருண் தன் அம்மாவிடம் வினவ கோகிலா நடந்ததை சொன்னாள்.
வருண் தன் அறைக்கு சென்றவுடன் கோகிலா மோகனிடம் "எப்படி காசு ஏற்பாடு பண்ணீங்க" என்று கேட்க. "வண்டி சரி பண்ணலாம்னு வெச்சிருந்த காசு" என்றார் மோகன் சிரித்துக்கொண்டே.

இயலிசை

வறுமையின் செழிப்பு

தனது கிராமத்திலுள்ள அரசுப் பள்ளியில், நான்காம் வகுப்பு படித்துவரும் மாணவன் முத்து..
ஓராண்டாய் பள்ளிகள் திறக்கப்படாமலிருக்க, பள்ளிக்கும் செல்லவில்லை, பாடங்களும் பயிலவில்லை.
பணத்தின் திறன் பொருத்தே, விடியலின் தூதும், தரம்மாறி துயிலெழுப்பும். இவனின் வசிப்பிடமோ..!
வறுமையும், வறுமையின்றி புகுந்த வீடு. பஞ்சமும், கஞ்சத்தனமின்றி கொட்டிக் கிடக்கும் கூடு...
காலையில் சேவலின் ஒலி கேட்கிறதோ இல்லையோ... பெற்றோர்களின் சுப்பிரபாதம், இவனின் தூக்கத்தை சற்றே, திசை திருப்பிவிடும்.
அன்றுமே அப்படித்தான்,
விட்டுச் சென்ற கணவனை எண்ணி,
எண்ணிக்கையில் குறைந்த பாத்திரங்களின் வடிவம் மாற்றிக் கொண்டிருந்தாள், அவன் தாய்..
நடப்பதேதும் புரியாமல் அழும் தங்கையை, சுமந்த படி... தனது பள்ளிக் கூடத்தில் பணிபுரியும் ஆயம்மா வீட்டிற்கு வந்தடைந்தான்...
மாட்டுச் சாணம் கரைத்து, நீர் தெளித்து, வெள்ளிக் கோலமிட்டு, விடியலை வரவேற்கும் விதம் கண்டு, வதங்கி நின்றான், முத்து.
இதை கவனித்த ஆயம்மா..
என்னடா..? காலங்காத்தால இங்க வந்துட்ட..! என்ன விசயம்.? என்றிட.. இவன் தயங்கித் தயங்கி...
அம்மா....! பள்ளிக்கூடம் எப்போ திறப்பாங்க..? என்றான்...
ஆமா... திறந்திட்டா மட்டும், படிச்சு, கிளிச்சு.. உத்தியோகமா பாக்க போற..!
இப்பலாம் திறக்கமாட்டாங்க.. போ.. போ...

தினம் காலைல.. இதே.. வேலையா போச்சு... என்று சலித்துக் கொண்டே... அட போப்பா... என்று தனது கையிலிருந்த களனித் தண்ணியை அவனருகே ஊற்றி விரட்டுவதாய் ஜாலம் செய்தாள்...
இதை கவனித்த எதிர் வீட்டு மீனா..(இவனது பள்ளியின் மற்றொரு வகுப்பாசிரியை) முத்துவை அழைத்தாள்...
போ போ... மீனாம்மா கூப்பிடுது, எதாது வாங்கியர சொல்லும், வாங்கி கொடுத்தா, அது துட்டுதரும் போ... என்று விரட்டி விட்டு, தட்டி வைத்த வரட்டி காய்ந்ததா என்று பதம் பார்த்து விட்டு, மாடுகளுக்கு வைக்கோல் பரப்ப, புறப்பட்டுவிட்டாள்.
என்னபா..? முத்து காலைல அந்த அம்மா உன்ன, அப்டி பாராட்டிட்டு இருக்காங்க.. அவள கீழ இறக்கி விடு., என்றாள் மீனா...
தனது இடுப்பில், ஒட்டியிருந்த தங்கையை கீழிறக்கி விட்டு, தலைகவிழ்ந்து நின்றான்..
என்ன விசயம் சொல்லுப்பா..?
மிஸ்... பள்ளிக்கூடம் எப்போ திறப்பாங்க..?
ஏன் படிக்க அவ்ளோ ஆர்வமா..?
குனிந்த தலை நிமிராமல்,
இல்ல... பள்ளிக்கூடத்துக்கு போனா தான். சத்துணவு சாப்பாடாது, சாப்பிட முடியும்.
ஒருவேளையாது ஒழுங்கா சாப்பிடனும்னு தான், எங்கம்மா பள்ளிக்கூடத்துல சேத்தே விட்டாங்க., அதான்... என்று தனது மனதிலிருப்பதை., மண்ணை பார்த்து, வார்த்துவிட.. சற்று அதிர்ந்து தான் போனாள், மீனா..
ஏன் உங்க வீட்ல சமைக்க மாட்டாங்களா..? யாரும் வேலைக்கு போகலையா.? என கேட்க...

ஊரடங்கு காலத்துல, சாராயம் வித்ததா, போன வாரம்தான் இவங்க அப்பாவ போலீஸ், புடிச்சிக்கிட்டு போனாங்க, டீச்சர்..
என்று மறைந்திருந்தே பல்லி போல், ஒலி எழுப்பிக் கொண்டிருந்தாள் அந்த ஆயம்மா..
இன்னும் ஒருவார காலம், ஊரடங்கை நீட்டிப்பதாய், முதல்வர் உத்தரவு பிறப்பித்திருப்பதையும், நோய் தொற்று சீராகும்வரை, பள்ளிக் கல்லூரிகள் திறப்பது சாத்தியமில்லை என்பதையும் ஊர்ஜித படுத்திக் கொண்ட, தொலைக்காட்சி பெட்டியை, தொலைவிலிருந்து ஏமாற்றத்துடன் எட்டிப் பார்க்கிறான்., முத்து..
சரி, அந்த மளிகை கடை அக்காகிட்ட, நான் சொல்றத வாங்கிட்டு வா.. என்றாள் மீனா...
மண்ணை அளவிட்ட கண்கள், நிமிர்ந்து, வர மறுக்கும் கண்ணீரை சுண்டி விட்டு., சற்றும் சிந்திக்காமல், மீனா நீட்டிய பணத்தை, பிடிங்கிக் கொண்டு, ஓடி மறைந்தான் முத்து...

Subramaniyan IP

\

குடங்கள்

கோழி கூவிய குரலைக் கேட்டவுடன் குழந்தைகளை எழுப்பி குடங்களோடு தெருக்குழாயை நோக்கி விரைந்தாள் கண்மணி.தன் வீட்டில் குடிநீர் குழாய் இருப்பினும்,தான் கட்ட இருக்கும் புதுமனையின் கட்டிட வேலைக்காக தண்ணீர் தேடிச் சென்றாள்.குழாயின் அருகே கூட்டமாக குடும்ப பெண்கள் நின்றிருக்க , கும்பலோடு கும்பலாய் கண்மணியும் நின்றிருந்தாள்.கண்மணியைக் கண்ட பெண்கள் தங்களுக்குள்ளே ஏதோ முனுமுனுத்துக் கொண்டனர்.குடத்தில் பாயும் நீரின் ஓசையை விலக்கி விட்டு அந்த குமரிகளின் முனுமுனுப்பை நோக்கி தன் செவி உணர்வை திருப்பினாள் கண்மணி.அவள் செவிகளை தீண்டிச் சென்றவை எல்லாம் அவளைப் பற்றிய புறச் சொற்களே!.
“காலையில இவ முகத்த பாத்தா நம்மளு இவளை மாதிரி அக மாட்டமா?”,
”கட்டுனவனே செத்து போய்ட்டுனா இவ மட்டும் எப்படி ,வீடு கட்டுற??”,
”இவள பாத்தா நமக்கும் துராஷ்டம் துரத்திட்டு வரும்?” என்று அடுக்கு அடுக்காக அவதூறு பேசினார்கள் அங்கிருந்த அந்த அரக்கிகள்.
”அவன் குடிச்சு குடிச்சு குழந்தைகளை அனாதை விட்டுட்டு செத்துப்போன நானும் அவன் கூடவே செத்துற முடியுமா? நான் உழைச்சு என் பிள்ளைகள காப்பாத்துற,ஒரு பொண்ணு தனியா இருந்து இந்த சமூகத்துல தலை தூக்கி வாழ நினைச்சா அவள பத்தி இப்படி புரணி பேசும் இவுங்களுக்கு பொண்ணுக்குள்ள இருக்குற புரட்சி எங்க புரிய போகுது” என்று தன் மனதுக்குள் நினைத்துக் கொண்டே ,புறம் பேசும் அந்த புண்ணியவதிகளின்

புரணிகளை அப்புறப்படுத்தி விட்டு குழாயில் வழியும் நீருக்கு எதிராய் குடத்தினை வைத்தாள்.குடத்தில் நிரம்பி வழியும் நீரை அள்ளி மாற்ற கைகளை நினைவுருத்தும் மூளையை போல் ,தான் ஒரு 'கைம்பெண்' என்பதை இச்சமூகம் வார்த்தைகளால் அள்ளி தெளித்து நினைவுருத்துவதை எண்ணியவள்.குடத்தை எடுத்து கொண்டு சமுதாயத்தில் நிரம்பி வழிந்து கிடக்கும் குப்பைகளை எண்ணியவாறு தலைகுனிந்தபடி சிரித்துக்கொண்டே தன் வீட்டை நோக்கி பயணித்தாள்.

மு.கீர்த்திகா

அவ(ள்)கள்

டேய்....கார்த்தி நேரம் ஆச்சுடா எந்திரிச்சி தொலைடா ஸ்கூல் போகனும் என வசைபாடிக்கொண்டே ஃபேன் சுவிட்சை ஆஃப் செய்தாள் செல்வி. ம்மாவ் நான் ஒன்னும் ஸ்கூல் இல்லை காலேஜ் அதுவும் ஸ்கெண்ட் இயர் என சொல்லிக் கொண்டே எழுந்தான் கார்த்தி. சரிடா என்னவா இருந்தா என்ன படிக்க தான போற போய் கிளம்பு என செல்வி வெகுளியாய் சொன்னாள். இன்னைக்கு காலேஜ் லீவ் ஆனா நான் வெளிய போறன் பெட்ரோல்க்கு மட்டும் காசு குடு என செல்வியிடம் கேட்டான் கார்த்தி. எங்கடா போற, யார் கூட, எத்தனை பேரு, என வரிசையாக கேள்வி கேட்டவளுக்கு ம்மாவ்!! சும்மா பிரண்ட்ஸ் கூட போறன் என ஒரு வரியில் பதில் அளித்தான். சரி நான் ரெடி ஆறேன் நீ காசு எடுத்து வைய் என கூறி கொண்டே குளிக்க சென்றான்.
டேய் எத்தன நேரம்டா ரெடி ஆவ என கூறிக்கொண்டே காசு மற்றும் தோசையையும் ரெடி செய்து வைத்தாள். ம்மாவ் டைம் ஆச்சு காசு மட்டும் குடு நா போறன் என்றவனிடம் வறேன் என சொல்லுடா என கடிந்து கொண்டு சாப்பிடாம போற அளவுக்கு யாரைடா பாக்க போற என்ற கேள்விக்கு காசு எங்க என எதிர் கேள்வி வைத்தான் கார்த்தி, இந்தா வாங்கி தொலை என ரூபாய் ஐநூறை நீட்டினாள். எதுக்குமா இவ்வளவு என கேட்க வைடா போற இடத்துலே நல்ல சாப்பிடு என கூறிவிட்டு நைட் நேரமா வர பாருடா. ஆம்பளை இல்லாத வீடு என கூற. ஆங் தெரியும் ம்மாவ் என பைக்கை எடுத்து சென்றான் கார்த்தி.
ஒரு வாரம் போனா அவன் அப்பா இறந்து இருபது வருஷம் ஆக போகுது அந்த மனுசன் விட்டிட்டு போன வீடும், பென்சனும் தான் அவங்களை

காப்பாத்துகிறது இப்ப வரை சரி நாம கார்த்தி கிட்ட போலாம்.
டேய் லூசாடா நீ எத்தனை நேரம் வைட் பண்ணிட்டு இருக்கேன் தெரியுமா
டீ..... சாரி லூசு. எனிக்க முடியல அதான்
சரிடா ஏன் போன் எடுக்கலை அதுக்கு என்ன காரணம் வைச்சு இருக்க
லூசு வண்டியில வந்துட்டு இருந்தன் அதான் சாரி டி........
சரி விடு வா போலாம் என கோவம் தனிந்தாள் மதுமிதா.
அவ ஒன்னும் அவ்வளவு அழகு இல்லை தான் நம்மள பொருத்த வரை. கார்த்திக்கு அவ தான் அழகு அவனை பொருத்த இரசிக்கின்ற எல்லாமே அழகு அவனுக்கு வெள்ளையும் ஒன்னுதான் கருப்பும் ஒன்னுதான்.
சரி சாமி எங்க போறோம். நான் சொல்லி இருந்தன்ல அண்ணாக்கு பொண்ணு ஒகே ஆகி இருக்குனு ஏய் ஆமா டி ஞாபகம் இருக்கு. ம்ம் குட் பாய் இப்ப நாம அங்க தான் போறோம் பத்திரிக்கை டிசைன் காட்ட, எல்லாம் சரி லூசு அவங்க வீடு எங்க இருக்கு ....அதுவா? கரெக்ட் ஆ உன் ஏரியா தான்டி தான் போகனும் என சொல்ல ஏய் என்னடி சொல்ற ஆமா லூசு ஏன் வர மாட்டியா என சின்ச்சேன் மாரி இரு கண்ணையும் இரக்கமாய் வச்சு கேட்டாள். அப்படி பாக்காத ஏறி தொலை போலாம் அனால் ஒன்னு உறுதி எவனோ என்ன பாக்க போறான் நான் மாட்ட போறேன் என கூற. அது எல்லாம் ஒன்னுமில்லை என மது கூற இருவரும் சென்றனர்.

டேய் டிரஸ் எப்படி இருக்கு, பொட்டு ஒகே வா, எல்லாம் சரியா என அடுக்கிட்டே போனாள் மது.
கொஞ்சம் நேரம் பேசாம வாயேன் டி! எல்லாம் சரியா இருக்கு என்றான்
எங்க எரியா வரப் போகுது பின்னாடி தள்ளி இரு.
ம்ம்.. சரி
இருந்தியா.
ம்ம் இருந்தாச்சி.
இன்னும் தள்ளி போ லூசு
டேய் உங்க அம்மா வந்து இருக்குற அளவுக்கு இடம் இருக்கு ஒழுக்கமா ஓட்டு என விட்டு அமைதியானாள்.
சிறிது நேரம் கழிய ஏரியாவும் நகர்ந்து சென்றது.
ஏய் லூசு ஏதோ பேசு...... ஏன் பேசனும் நான் பேசுனாதன் உனக்கு பிடிக்காதே அப்புறம் என்ன
ஐயோ அப்படி இல்லை
பின்ன எப்படி என கேட்க
ஒன்னும் இல்லை விடு.......
சிறிது நேரம் கழித்து வண்டி கா:.பி ஷாப்பில் நிக்க இருவரும் தனித்தனியாக ஆர்டர் குடுத்தனர்.
விரைவாக குடித்து முடிக்க வண்டி மீண்டும் சென்றது.
ஏய் சாரி லூசு நான்தானே பேசுனே சாரி சாமி.
ஏன் நீயா இருந்தா பேசனும்னு இருக்கா என மது கேட்க ....
ஏய் என்ன லூசு.
சரி சனியனே எல்லாமே அழகா இருக்கு போதுமா உன்னையும் சேத்தி என அவன் கூற எனக்கு தெரியும் நீ வண்டி இந்த லெ:.ப்ட்ல நிறுத்து.
வீடு வந்தாச்சி என வீட்டிற்குள் செல்ல கா:.பியோட கயல் வரவேற்றாள்

அப்பறம் மது பையன் யாரு சொல்லவே இல்ல என கயல் சூட்சகமாய் கேட்க
இவன் கார்த்தி என் நட்பு.. என அறிமுகம் செய்தாள்.
வெறும் ஃபிரண்ட் ஆ என கயல் இழுக்க......
அண்ணி பத்திரிக்கை டிசைன் காட்ட வந்தன் நீங்க பாத்துட்டீங்க அவ்வளவுதான்
அவன் தான் எனக்கு எல்லாமே போதுமா என ஆவசேகமாய் பேச ஏய் விடு லூசு என கார்த்தி கூற
விடுடா நாம போலாம் வா. உனக்கும் நேரமா போகனும் என கூறிக்கொண்டு அவனோட கையை பிடித்து கொண்டு இழுத்துச் சென்றாள் மது.
சிறிய அமைதிக்கு பின் ஏன் லூசு அங்க அப்படி பேசுன
ஏன் நான் சொன்ன பதில் உனக்கு பிடிக்கலையா
அப்படி இல்லடி. சரி விடு
ம்ம்ம் சரி டி லவ் யூ
டேய் என்னாடா திடீர்னு
சும்மா தோனுச்சி
ஓ........ சார் அப்படி வரீங்க சரி நானும்
லவ் யூ டூ......
நேரம் செல்ல மது இறங்க வேண்டிய இடமும் வந்தது
ரொம்ப நேரம் ஒன்னா இருந்தோம் டா சூப்பர்ல
இதை மாதிரி இருப்போம் எப்பவும் என கூற
சரி இருக்கலாம். அந்த பார்வை ஒரு டைம் பாரேன் என கூற
போடா லூசு காலஜ்ல பாக்கிறன் அந்த மாதிரி என கூறி விட்டு மது நகர்ந்து சென்றாள்
ம்மாவ் கதவை திற என கூறி முடிப்பதற்குள் செல்வி கதவை திறந்தாள்
எங்கடா போன

சும்மா வெளியே

சும்மாவ இருந்தா நல்லது.

ம்மாவ் என கார்த்தி இழுக்க.....

அப்பா எப்படி இறந்தார்னு தெரியும்ல சாமி. அம்மா மாதிரி ஒண்டிக்கட்டை ஒரு பையன ஆளாக்குறது கஷ்டம். அந்த கஷ்டத்தை யாரும் படக்கூடாது சரி யா.

சரி மா.

சரி போய் தூங்கு

நாளைக்கு ஸ்கூல் லீவ் தான் நேரமா

கூப்பிடமாட்டேன் சரியாட கண்ணு

என கூற

சரி மா குட் நைட் என கலைந்த கணவை தேட சென்றான்.

சமியுல்லா

பிணைப்பு

டேய் மச்சான் அவெஞ்சர் பாத்துட்டியா? ரொம்ப நல்லா இருக்கும் என கூறினான் ராகுல்
இதற்கிடையில் நேத்து பாண்டியன் ஸ்டோர் பாத்தியாடி அவ கட்டுன சாரி டிசைன் மாஸ் டி என பல்ளித்தால் ஸ்டெல்லா.
மச்சி காளான் சாப்பிட போலாம் என கதிர் கேட்க ஐயோ!!!......இது என்ன டியூசனா இல்ல சந்தையா என சுந்திரம் கேட்க அனைவரும் கப் சிப் ஆனார்கள்.................

ஏன்டா உங்களுக்கு வேண்டிதான இந்த ஃபங்சன் வச்சி இருக்கன் சொல்லுங்க யாரோ 12th முடிச்ச பின்னாடியும் இப்படி பன்னூவாங்களா என கேட்க அங்கு நிசப்தமே பதிலாய் வந்தது சிறிது நேரம் கழித்து சுந்தரமே ஆரம்பித்தார் காலேஜ் போக போறீங்க எல்லாரும் நிறைய கத்துகலாம் அப்பறம் எந்த விஷயம் நடந்தாலும் ஒரு பக்கம் மட்டும் கேட்காதீங்க ஒருத்தன் ஒரு காதை அறுத்திட்டு வந்தாலும் மறுபக்க நியாத்திற்கு வைட் பன்னுங்க ஏன்னா இன்னொருத்தன் இரண்டு காதையும் அறுத்திட்டு வரலாம் சரியா என கேட்க அனைவரும் சரி என ராகம் பாடினார்கள் கடைசியாக எல்லோரும் ஒரே காலேஜ்கு போனால் நல்லா இருக்கும் என முடித்தார் சுந்தரம்....
வெளியே வரவும் ராகுல் கூறினான் மச்சான் ஸ்டெல்லா சரி இல்லடா நேத்து நா கடைக்கு போய்ட்டு வரேன் 3 பசங்களோட பேசிட்டு இருந்தா ஆமாடா அவ அப்படித்தான் ஐட்டம் என சிரித்தான் கெல்வின். இடைமறித்த கதிர் காட்டமாக கத்தினான் நீ நேர்ல பாத்தியா இல்லைதான அப்பறம் ஏன்டா சார் சொன்னத மறந்து இப்படி பேசுற என கேட்க

அவன் அப்படி தான்டா தயிர்சாதம் என கூறிக்கொன்டு கதிரை கண்டுகாமல் சென்றனர் கெல்வினும் ராகுலும்

ஏன்டா இப்படி அவனுகள பத்திதான் தெரியும்ல அப்பறம் ஏன்டா என அசார் கேட்க? அலியா ஸ்டெல்லா தங்கச்சி மாதிரி பழகுறானு சொல்லி சப்போர்ட் பன்னலடா.
விடுடா டேய் அவனுக்கு நடக்கும் போது அவன் மாறுவான் என அசார் முடித்து கொண்டான்.
சரி அங்க பாரு உள் ஆளு வரா என திவ்யாவை காண்பித்து கலாய்க்க ஆரம்பித்தான் அசார் அலியா மூடு அவ என் ஃப்ரெண்ட் என கதிர் சிரித்தவாறே பதிலளித்தான் சரி ஏதோ ஒரு கரகம் நல்லா இருந்தா சரி என கூறி இருவரும் கலைந்து சென்றனர் போகும் வழியில் டேய் நாயே நாளைக்கு ஃபஸ்ட் நாள் காலேஜ் கெத்தாக வா என கத்த எனக்கு தெரியும் என கதிரும் சென்றான்
டேய் ஃபஸ்ட் நாள் காலேஜ்டா டைம் ஆச்சு எந்திரி டா மூதேவி என அர்ச்சனை செய்ய ஆரம்பித்தாள் கதிரின் அம்மா மீனாட்சி.
சரிம்மா என சலிப்புடன் எழுந்து தயாராக ஆரம்பித்தான் கதிர் ... டேய் அது புது டிரெஸ் டா சாப்பிட்ட பின்ன போடு என கூறவும் மா!!!! என இழுத்தான் நா ஒன்னு சின்ன பையன் இல்லை என கூறியவாறே டிரஸ்ஸை மாட்டவும்....
டேய் கதிர் வாடா டைம் ஆச்சு என அசார் கத்த மா நா போறேன் என கதிர் கூற.
மீனாட்சி அசாரையும் அர்ச்சனை செய்ய ஆரம்பித்தாள் பையன சாப்பிட கூட விடல என சொல்ல மா!!! கதிர் லேட் ஆ எனிச்சா என்ன ஏன்

மா திட்டுற? என அசார் கேட்க ஒரு வழியாக இருவரும் காலேஜ்கு சென்றனர்.
யார கண்ணு தேடுது என அசார் கேட்க அட யாரும் இல்ல திவ்யா வரல அதான் பிரண்ட் மயிருனு சொன்ன இப்ப தேடுற என அசார் கேட்க ஏன்டா ஏன் பிரண்ட் அதான் தேடுறேன் என சொல்லி சமாளித்தான் கதிர் இருவரும் பேசும் போதே திவ்யா பஸ்ட் டெஸ்கில் அமர்ந்தாள் அதன் பின்னர் தான் கதிர் அமைதி ஆனான் ஏன் மச்சான் முன்னாடி உக்காந்து இருக்கா படிக்குற பொன்னா என கேட்க அப்படி எல்லாம் இல்லை சும்மா என பதில் கூறினான் கதிர் சரி என்ன எழவோ சிரித்தான் அசார்.

மணி ஆனதும் வணக்கம் என கூறி கொண்டே உள்ளே நுழைந்தார் அருண் என்ற தமிழ் ஐயா. அனைவரும் எழுந்து வணக்கம் என கூற தங்களை அறிமுகம் படுத்துமாறு ஐயா கூற அனைவரும் பெயரையும் விவரத்தையும் கூற ஆரம்பித்தனர் திவ்யாவின் வரிசை வரவும் கதிரை பார்த்து அனைவரும் சிரித்தனர்.....
சிரிப்பு அடங்கவும் கயல் என்ற மாணவி எழுந்து தன்னை பற்றி கூறவும் மாணவர்கள் பக்கம் மயான அமைதி அதேதான் அவ அப்படி ஒரு அழகு.
கயல் அந்த பெயருக்கு பதிலா தேவதைனு வச்சி இருக்கலாம்னு அசார் கூற எனக்கு அவ தான்டா தேவதை என கதிர் கூற.
இவன் ஒரு தயிர்சாதம் தங்கத்திற்கும் செம்புக்கும் வித்தியாசம் தெரியாம என கூறிக் கொண்டே கயலை பார்த்து கொண்டு இருந்தான் பெல்

அடிக்கவும் கதிரும் அசாரும் அவனை கண்டுகாமல் சென்றனர்.

டேய் கதிரு இங்கே வாடா என ஸ்டெல்லா அழைக்க சொல்லு எருமை என்ன ஆச்சினு கேட்க திவ்யாவை லவ் கிவ்னு என இழுக்க
ஏய் என்ன நான் தான் சொல்லி இருக்கேன்ல அவள புடிக்கும் அவ்வளவுதான் என கடுகடுத்தான் கதிர்.
சரிடா விடு அப்படி இருந்தா சொல்லு என சொல்லவும் சரி என தலையாட்டி சென்றான் கதிர்..
ஏன்டா அவ என்ன சொல்றா என அசார் கேட்க ஒன்னுமில்லை டா திவ்யா பத்திதான் கேட்குறா என அப்படி ஆசை இருந்தா போய் சொல்லுடா என அசார் சொல்ல.
மச்சான் அவள புடிக்கும் அவ்வளவுதான் அத லவ்வாஆ இல்ல என்னானு எனக்கு புரியலைனு சொல்லும் போது.
மச்சான் புரியும் போது அவ இருக்க மாட்டா என அசார் கூற பாத்துக்கலாம் டா என கதிர் சிரித்தவாறே பதிலளித்தான் அதில் ஆயிரம் அர்த்தம் இருந்தது....

ஒரு வழியாக கல்லூரியும் முடிந்தது முதல் நாள் என்பதால் மதியத்தோடு...
இருவரும் செல்லும் வழியில் கயலும், ராகுலும் பேசிக்கொண்டு இருந்தார்கள். டேய் அவன் செட் பண்டான் டா அசார் ஆச்சரியப்பட பொறாமையில பொங்காதிங்கனு கெல்வின் கூறியவாறே வந்தான் ஆசை வந்துச்சு போய் சொன்னான் இப்ப ஃப்ரெண்ட் ஆ இருப்பாங்க என அழுத்தி சொன்னான் கெல்வின் ... நீயும் இருக்கியே தேவதை, புடிக்கும் மயிரு மாரி

பேசிட்டு இருக்கே டேய் தருதலை நீ கிளம்பு என கூறி கொன்டே கதிரை இழுத்து சென்றான் அசார்... இருந்தாலும் கெல்வின் கூறிய வார்த்தைகள் கதிரை துளைத்தன
நாட்கள் நகர்ந்தன கல்லூரி வாழ்க்கை அனைவருக்கும் இனிதாய்? இருந்தது
லன்ச் பிரேக் அசாரும் கதிரும் சாப்பிட்டு கொண்டு இருந்தனர்.
ஸ்டெல்லா அரக்க பறக்க ஓடி வந்தாள் டேய் கிரவுண்ட்ல ராகுலும் சீனியரும் சன்டை போடுறாங்க டா என கூற தலைதெறிக்க இருவரும் சென்றனர்.

அதற்குள் அங்கு சன்டை அடங்கியது கதிர் காரணம் கேட்க அசாரோ ஏரியா பசங்களை அழைக்க ஆயத்தமானான். அது ஒன்னுமில்லை டா அவன் கயல தப்பா சொன்னான் டா அதான்.
என்ன சொன்னான்? என கேட்க நேத்து அவ அவங்க சொந்தக்கார பசங்களோட பேசி இருக்கா அதுக்கு போய் அவள நடத்தைக்கெட்டவனு சொல்றான் என சீறினான் ராகுல் விடு அவனுக்கும் உனக்கும் வித்தியாசமில்லை என கதிர் கூற என்னடா சொல்ற என கோபத்தில் கத்தினான் ராகுல் அது ஒன்னுமில்லை நீ அன்னைக்கு ஸ்டெல்லாவ அப்படி சொன்னீல அத சொல்றான் என அசார் கூற ராகுல் தலைகுனிந்தான்
ஸ்டெல்லா கதிரை அழைக்கவும் எல்லாம் சரி ஆயாச்சி வா நாம கிளாஸ்கு போலாம் கூரி மூவரும் சென்றனர் பின்னாடி வந்த ராகுலோ ஸ்டல்லா ஸாரி என கூறி விட்டு சென்றான் எதுக்குடா ஸாரி என்ற கேள்விக்கும் மவுனத்தை

பதிலாய் அளித்து விட்டு சென்றான். விடு அவன் ஒரு லூசு என அசார் கூற சரி ஸ்டெல்லா நீ போ நாங்க வரோம் என சொல்லிட்டு கதிரை பாத்ரூம் பக்கம் அழைத்து சென்றான் டேய் சீக்கிரம் வாங்கடா சைகோ சாரு நேரம் என எச்சரித்து சென்றாள்.

ஏன்டா என்ன ஆச்சி என கதிர் கேட்க ராகுல் மாறிட்டான் நீ எப்ப என கேட்க கேள்வியை புரிந்த கதிரோ மச்சான் நீ சொன்ன மாதிரி தான்டா எனக்கு புரிஞ்சு போச்சு ஆனா அவதான் இல்லை என கதிர் சிரிக்க விடுடா பாத்துக்கலாம் சைகோக்கு முன்னாடி நாம போகனும் என கூறி கொன்டே இருவரும் சென்றனர்.

சமியுல்லா

சின்னஞ்சிறு கிளியே கண்ணம்மா

மழை வருது துணி எடுக்கனும் யாருக்காவது தோணுதாபாரு?

எல்லா வேலையும் நான்தான் செய்யனும்... ஏதாவது ஒன்னாவது அசையுதா பாரு! மழை சாரலில் நினைந்தபடி துணிகளை எடுத்துக் கொண்டிருந்தாள்... ஏதோ சட்டென வந்த நினைவில் அடுக்களை நோக்கி ஓடினாள் ,ஐயோ கடவுளே ! தமயந்தி...? தமயந்தி..? உன்னை பாலை பார்த்துக்க சொல்லி போனேன் இது கூட பண்ண முடியாமல் என்ன பண்ற .. ?காதுல வாங்கறாளா.... தமயந்தி .... !
ஏய்! தமயந்தி ... ? என்னம்மா ... இதோ வரேன் இரு ... என்னம்மா..?
சும்மா நச்சரிக்குர...
உன்ன அந்த பால பாத்துக்க சொன்னேல ..?
போமா...உனக்கு வேற வேலையே இல்லை ...
நானே இப்போதா வந்தேன் அதுக்குள்ள அது பண்ணு இது பண்ணுனு...
ம்ம்ம்...அது சரி...இந்த வீட்டில் எல்லா வேலைக்கும் நான் தான் கால்ல சக்கரத்த கட்டிட்டு ஓடனும் .
மழைத்துளி தகரத்தில் பட்டது போல கமலா தமயந்தியைக் கண்டித்து கொண்டிருக்க இருக்க ஓய்ந்து முடிந்தது மழையும் கமலாவின் பேச்சும்.
சிறிது நேரத்தில் வீடே அல்லோலப்பட்டது.!
உன் அப்பா வந்தா சொல்லு தமயந்தி என்று சொல்லிவிட்டு கையில் காப்பி உடன் வெளியே வந்த கமலா. எனக்கும் இந்த மழைக்கு தான் ஒத்து போரதே இல்ல...என்று ஏக்கத்துடன் மழையை பார்த்து ரசிக்க உதட்டின் சூட்டில் ஆறிப்போன காப்பியை குடித்து கொண்டு இருந்தாள்.
வீட்டின் மேல்கூரைலிருந்து விழுந்து கொண்டிருந்த மழை துளியை பார்த்து கொண்டிருந்தாள்; மழை துளி முன் நோக்கி விழ அவள் நினைவுகள் பின்னோக்கி நகர்ந்தது.

நான் ஆசை பட்ட எதுதான் நடந்து இருக்கு என்ற எண்ணத்திலேயே அவள் நினைவு மலர்ந்தது. பள்ளி பருவத்தில் புத்தகம் கையுமா இருப்பாள்... அதற்காக அவள் முதல் மதிப்பெண் எடுக்கும் மாணவி அல்ல! பாரதி வரிகள் என்றால் அவளுக்கு பாயாசம் போல தித்திக்கும்... காரணம் அவள் பள்ளி ஆசிரியை யாழினி "குரல் இனிது யாழ் இனிது" என்ற வரியை உவமையாக வைத்து கமலா "யாழினியின் தமிழ் இனிது ;பேச்சின் நடை இனிது" என தோழிகள் இடத்தில் சொல்லாத நாள் இல்லை... அவளின் தோழிகள் என்னடி உனக்கு தமிழ் பைத்தியமா? இல்லை யாழினி குரல் பைத்தியமா? என்று கிண்டலடிக்க... பின் நாளில் தமிழ் ஆசிரியை ஆக வேண்டும் என்னும் ஆசை வந்தது .

அதற்காக தமிழ் தட்டச்சு, வட்டெழுத்து, பி.ஏ தமிழ் வரை பயின்றாள். சர்க்கார் ஆசிரியர் வேலைக்காக காத்திருந்தாள்.

வேலை கிடைத்தாலும் அதற்கான வேளை கிடைக்கவில்லை ?

இரு சேதி ஒரு முடிவு என்ற நிலைக்கு தள்ளப்பட்டாள். தந்தை மறைவு செய்தி தான் அது... இச்சூழ்நிலையில் வேலை வேண்டாம் என ஒரு கூட்டமும்; காலகாலத்துல ஒரு கண்ணாலத்த பண்ணிபாக்க ஆசைப்பட்டான் மாரிமுத்து .... அவன் இடத்துல இருந்து நீதான் பண்ணணும்பா என இல்லாத ஆசையை சொல்லால் சொல்ற ஒரு கூட்டமும்;

தங்கம் பெத்த மகளே! உன்னை சீர் கட்டி சீமைல கொடுக்க நேரமில்லயே ! உன் தங்கைகளை கரைசேர்க்க இக்காலம் போதாது ; இதுல உன்னையும் இழுத்துட்டு என்னால ஓட முடியாது

என அம்மாவின் அழுகுரல் ஒரு பக்கமும் இருக்க முடிவு எடுக்க வேண்டிய அவளுக்கு முடிச்சு போட்டாச்சு...
கானல் நீரா போச்சு... !! அவளின் ஆசிரியை கனவு... அவளின் கதை கேட்டு மீண்டும் கண்ணீர் விட தொடங்கியது மழை. புள்ளய வஞ்சுட்டோமே ! என அடுப்பங்கரை சென்று மகளுக்கு பிடிக்குமே என்று மழை கேத்த பலகாரம் செய்ய; எண்ணையில் அவள் எண்ணத்தையும் சேர்த்து பொரிக்க சிறிது நேரத்தில் அடங்கியது அவ மனசும் மழையும் "சின்னஞ்சிறு கிளியே கண்ணம்மா செல்வ களஞ்சியம்மே" என்ற பாரதியின் பாடல் வரிகளை மனதில் மெட்டிட்டு நடந்தாள். தமயந்தி ! தமயந்தி! இந்தா உனக்கு புடிக்கும்னு பலகாரம் சுட்டு எடுத்து வந்தேன். அம்மா நா அம்மா தா! சாரி.. மா இனிமேல் இப்படி நடந்துக்க மாட்டேன் என கட்டி அணைத்தாள். மேசையில் பாரதி புத்தகம் கண்டு ஏதோ கற்பனையில் ஆனந்த கண்ணீர் விட்டு ஆர தழுவினாள் கமலா ... நீ சாப்பிடு எனக்கு நேரமாச்சு. வேலை இருக்கு அடுப்பங்கரை பக்கம் நகர்ந்தால் இல்லத்தரசியாக.

ச. ஹரிஸ் ராஜா

தீராத வலிகளும் வலியின் புண்னகையும்

ஓடி ஆடி விளையாடிக் கொண்டிருந்தாள் ஒரு குழந்தை...
வருடங்கள் பல கடந்தன அவளும் தன் படிப்புகளைத் தொடர்ந்தாள்.

அம்மா நான் இறுதியாக கல்லூரி படிப்பை முடித்து விட்டேன் என்றால் ரோகினி.
வாழ்த்துகள் என் மகளே.தற்பாது என்ன செய்ய போகிறாய் என்று கேட்டாள்.
அம்மா நான் மேலும் ஒரு பட்ட படிப்பை படிக்க வேண்டும் என்று ஆசைப்படுகிறேன்.
சரி ரோகினி நான் உன் தந்தையிடம் பேசுகிறேன் என்று சொல்லி விட்டு அவ்விடத்தை விட்டு விடைப்பெற்றாள் மகேஸ்வரி.

ரோகினி எவ்வாறு பெற்றோர்களைச் சிறப்பிக்க வைப்பது என்ன செய்யலாம் என்று தனக்குள்ளேப் பேசிக் கொண்டு இருந்தாள். அப்போது ரோகினி இங்கே வா என்ற குரல் எழும்பியது. யாரென்று திரும்பி பார்த்தால் அக்குரல் மகேஸ்வரியின் குரல். இதோ வருகிறேன் அம்மா என்று சென்று கூறுங்கள் அம்மா என்று கூறினாள். ரோகினி நீ மீண்டும் படிக்க உன் தந்தை ஒப்புக்கொண்டார் என்று கூறினாள். ரோகினி ஆனந்தத்துடன் தன் அம்மாவை கட்டி அனைத்தாள். நாட்கள் பல கழிந்தன தீடிரென ரோகினி கல்லூரியிலிருக்கும் போது அவளுக்கு ஒரு செய்தி வந்தது. அவள் தந்தை திடீர் மரணம் அடைந்தார் அவளை அழைக்க தன் மாமா நீத்தேஷ் வந்துள்ளார் என்று ரோகினியை ஆசிரியை வகுப்பிற்கு சென்று அழைத்தார்.
இரண்டு மாதத்திற்கு பிறகு கவலைகளை நெஞ்சில் சுமந்தவள் அவள் படிப்பில் வெற்றி பெற்று சிறந்த பெண் பேச்சாளர் என்ற பட்டம் பெற்று தன் அம்மாவையும் தெய்வமாய் திகழும் தந்தையையும் மனம் நெகிழ வைத்து மகிழ்ந்தாள்.

ஆயிரம் வலிகள் இருப்பினும் ரோகினி வெற்றியடைந்து சிரிக்கிறாள்.
வலியில் வரும் சிரிப்பும் சிறிது மகிழ்வைத் தரும் என்பதே உண்மை.

மு.ஹர்ஷினி

புன்(ண)னகை

மரத்தடியில் அமர்ந்திருந்தாள் கலை. முகம் வாடியிருந்தது.
அருகில் வந்தாள் மீனா. கவனிக்கவில்லை கலை.

கலை , நான் வந்ததை கூட கவனிக்காமல் என்ன யோசனை...

யோசனை எல்லாம் இல்லை மீனா கவலை தான்.

என்னாச்சு கலை....

இல்லை மீனா மனது வலிக்கிறது.

எனக்கு தமிழ் பிடிக்கும் அதனால அதுல டிகிரிக்கு போட்டேன்.

கிடைத்து விட்டது.

இப்போது கல்லூரியிலும் சேர போகிறேன்.ஆனா...

ஆனா என்ன கலை

ஆனா இந்த சொந்தக்காரர்கள் மற்றும் தெரிந்தவர்கள் எல்லாம் நான் ஏதோ தப்பு பண்ணிட்டேன்.

பயனில்லாத படிப்ப தேர்ந்தெடுத்து விட்டேன்.

பணத்திற்கு பிடித்த கேடு என்று என்னை வார்த்தைகளால் வாட்டி எடுக்கின்றனர் ....

கலை இதுக்கெல்லாம் கவலைப்பட்டா வாழ்க்கையில வாழ முடியாது.

உனக்கு தெரியுமா நான் பொறியியல் படிப்பு படிக்க தொடங்கிய போதும் இப்படிப்பட்ட பல பேச்சுகளை கேட்டேன்... வேலையில்லாத படிப்பு..

பெண்ணுக்கு ஏற்பில்லாத படிப்பு.....என்று பற்பல...

ஆனா அதை எல்லாம் நான் காதில் வாங்கிக் கொண்டிருந்தாள் சாதிக்க நேரம் இருக்காது.....

அப்புறம் எப்படி இவற்றை கடந்தாய்

மீனா..புன்னகையால்

புன்னகை மகிழ்வை வெளிப்படுத்த மட்டுமல்ல வலியை மறைக்கவும் தான். புரியாமல் பேசியவர்களை

புன்னகையால் கடந்தேன் புரிந்தேன் சாதனை இன்று
அனைவரும் என்னை பேசியவர்களும் என்னை
புகழ்கிறார்கள்.
இது தான் வாழ்க்கை.
புன்னகையுடன் எழுந்த கலை கடந்தால்
புன்னகையோடு மீனாவையும் பலரின் வலி தரும்
பேச்சையும்!!!

கவிச்செம்மல்.ஆ.நித்ய கல்யாணி

வலியின் புன்னகை

“வலி என்ற சொல்லில் பலப் பொருள் இருக்கலாம்.ஆனால் வலியின் பின்னால் ஒரு புன்னகை இருப்பதை ஒரு சிறுகதையாக காண்போம்”
மிஜோன்- மீனவ சிறுவன்
மிஜோன்,
இவன் இராமேஸ்வரத்தில் ஒரு மீனவ குடும்பத்தை சேர்ந்தவன் .இவனது வாழ்வில் பல வலிகள் இருக்கிறது.ஆனால் இவன் அவ்வலியை எல்லாம் கஷ்டமாக ஏற்க்காமல் அதை கண்டு புன்னகைப்பான்.இவன் இரு சகோதர,சகோதரியைப் பெற்றவன் .இவனது குடும்பத்துக்கு ஒரு வேலை சாப்பாடு என்றால் மீனும்,கஞ்சியும் தான்.இவனது தந்தை இரண்டு நாட்கள் கடலில் தங்கினால் தான் ஐந்நூறு ரூபாய் கிடைக்கும், இல்லை என்றால் பழைய சோறும், பழைய மீன் குழம்பும் தான்.இவனுது சமூதாயினர் ஆண்டுக்கு ஒரு 10 பேராவது உயிரிழப்பர்.
எப்படி என்றால்?

“இவனது ஊரான இராமேஸ்வரத்தின் கடலும், இலங்கை கடலும் இணையும் இடம். அதாவது இந்தியாவின் இரு கடலும் ஒன்றாக இணையும் இடம் இராமேஸ்வரம். இங்குள்ள மீனவர்களின் உயிர்களுக்கு உத்திரவாதம் இல்லை”. ஏன் என்றாள்? இலங்கையின் சித்திரவதை இவர்களை மரணத்திற்கு அழைத்துச் செல்லும்.”எப்படி என்றால்?”இராமேஸ்வரத்து மீனவர்கள் கடலுக்குச் சென்று மீனுக்கு வலை விரிக்கும் போதெல்லாம்...... அவர்களது (மீனவர்களின்) மரணம் அவர்களை நெருங்கும்.’

“இலங்கையின் கடற்படை துப்பாக்கியினால் இந்தியா மீனவர்களை தாக்குவர். இதில் சில பேர் மீண்டும் வருவர், ஒரு சில பேர் மடிவர் இவர்களது உயிருக்கு உத்தரவாதம் இல்லை என்றாலும், எவ்வழியிலும் பொருட்படுத்தாமல் வலியுடன் புன்னகைப்பர்”.

“இப்படித்தான் இலங்கையின் கடற்படை”, 2007 ஆம் ஆண்டு 5 ராமேஸ்வரத்து மீனவர்களை சிறைப்பிடித்தனர். கடந்த 7 ஆண்டுகளாக சிறையில் அடைத்து துன்புறுத்தினர். தூக்கு தண்டனையும் விதித்தனர்”.

இதை எதிர்த்து தமிழக மக்கள் போராடி கடந்த 2014 ஆம் ஆண்டு மீட்டனர். அப்போது கூட அந்த 5 மீனவர்கள் வலியை மறைநத்து புன்னகைத்தனர். மீனவர்கள் கடலுக்கு சென்று மீன் பிடிக்கையில், வலையை வாங்கும் போதெல்லாம் ஏலேலோ ஐலசா இன்று பாடி வலையை வாங்குவர். ஏனென்றால்.....

வலையை இழுக்கும் போதெல்லாம் இவர்களது உடல் பயங்கரமாக வலிக்கும் இதை மறைக்கவே ஏலே..லோ.. ஐலசா ...என்று கூச்சல் இடுவர். இவர்கள்,”இவ்வளவு வலியைத் தாங்கி புன்னகைப்பது எதற்காக?”தன் பிள்ளைகளுக்காக, தன் மனைவிக்காக ,தன் குடும்பத்துக்கு ஒரு வேளை உணவிற்காக தன் உயிரை கூட பொருட்படுத்தாமல் கடலுக்கு செல்வர்.

“மீனவர்களின் உள்ளம் எதையும் தாங்கும் இதயம் போல் இருப்பர்”

மிஜோனின் சமுதாயத்தினர் எப்போதும் கூறுவர், ஒவ்வொரு துன்பத்திலும்
ஒவ்வொரு இன்பம் கிடைக்கும்”.

என்று கூறி வலியுடன் சிரிப்பார்கள்.
பொறுமைக்கும் வறுமைக்கும் உள்ள ஒற்றுமை........
வறுமை இருந்தால் பொறுமையை வெல்லலாம்......
பொறுமை இருந்தால் இவ்வுலகை வெல்லலாம்"......
அதேபோல,
"வறுமையும்,பொறுமையும் ஒரே இடத்தில்
இருந்தால்,வலியை மறந்து வலியின் புன்னகையை
சுவைக்கலாம்."
அறிந்து கொள்.....
"கடல் நீர் உப்பாக இருப்பதற்கு.......
மீனவர்களின் வியர்வையா?
மீனவப் பெண்களின் கண்ணிரா?"
இவ்விரண்டும் மறைஇந்திருபது,"வலியின்
புன்னகையில்.

ஜா.மிடோமி அக்சல்

புன்னகையெனும் வேடம்

அழகான ஒரு இல்லத்தின் கிரகப்பிரவேச நாள்
அன்று. அதிகாலையில் அங்குமிங்குமாக நடந்து

கொண்டிருந்த குடும்பத்தினர், கூடியிருந்த உறவினர்கள் என அவ்விடமே மகிழ்ச்சி மழையில் நனைந்து கொண்டிருந்தது.

உறவினர்களில் ஒரு குரல், "பரவால பையன் ரொம்ப கஷ்டப்பட்டு இவ்வளவு அழகான வீடு கட்டிடான், அடுத்தது அவன் கல்யாணம் தான்" என்றதும் அங்கிருந்த அர்ஜூனின் முகத்தில் வெட்கத்துடன் கூடிய புன்னகை மலர்ந்தது.

அவன் சிரித்துக்கொண்டே, "முதல தங்கச்சிக்கு கல்யாணம் பண்ணனும் அப்புறம் தான் எனக்கு" என்றான்.

அப்பொழுது அவனுடைய தாய் அழைக்கும் குரல் கேட்டது, "அர்ஜுன் அர்ஜுன் எழுந்திருப்பா நேரமாச்சு பாரு வேலைக்கு போகனுல" என்றதும் அவன் விழிகள் உறக்கத்திலிருந்து தெளிந்தது.அவனுடைய கனவு வீடு கனவிலேயே கலைந்து போனது.

இதுதான் தம்மைப் போல வாழும் நடுத்தர மக்களின் வாழ்க்கை நிலையோ என எண்ணி வருந்தினான்.

வழக்கம்போல் பணிக்குச் செல்ல கிளம்பியபோது அவனுடைய தாய், "அப்பா அர்ஜுன் இன்னைக்கு சம்பள நாள்தான, சம்பளம் வந்ததும் முதல்ல வாடகை பணம் கொடுக்கணும் அப்புறம் மளிகை கடை பாக்கி, பால்காரனோட பாக்கி எல்லாம் முடிக்கனும் என்றாள்.

அதற்கு அர்ஜுன்," இன்னைக்கு சம்பளம் வந்துரும் மா, வந்ததும் எல்லாம் பாக்கியும் கொடுத்தரலாம்" என்று கூறி தன் பணிக்குச் சென்றான்.

அவன் வாகனத்தில் செல்லும் போது அவனுடைய மூளை சில நிகழ்வுகளைக் காட்சிப்படுத்திக் கொண்டிருந்தது. சில குரல்கள் அசரிடி போல் காதுகளில் ஒலித்துக் கொண்டே இருந்தது.

அக்குரல்கள், "அப்பா அர்ஜுன் அப்பாவுக்கும் வயசாயிட்டே இருக்கு முன்ன மாதிரி அவரால வேலை செய்ய முடியல. நீ கொண்டு வர பணத்துல தான் குடும்ப ஓடிட்டு இருக்கு. அந்த பணத்துல கொஞ்சம் கொஞ்சமா சேத்திதான் கீதா கல்யாணத்துக்கு நகை எடுக்கணும். விக்கர விலைவாசிக்கு எப்படி குடும்பத்த நடத்தரதுனே தெரியல " என்ற அவனுடைய தாயின் புலம்பல் ஒரு பக்கம் ஒலித்தது.

"அண்ணா சம்பளம் வந்ததும் கடைசி செமஸ்டர் ஃபீஸ் வேற கட்டணும்" என்ற தங்கை கீதாவின் குரல் ஒரு பக்கம் ஒலித்தது.

"இந்த வேலைய விட்டுட்டு படிச்ச படிப்புக்கு ஏத்த வேலையா தேடி பாரு. இல்லனா ஏதாவது கவர்மெண்ட் எக்ஸாமுக்கு முயற்சி பண்ணு" என்ற அவன் தந்தையின் அறிவுரை ஒரு பக்கமாக ஒலித்துக்கொண்டே இருந்தது.

அப்போது அவனுடைய அலைபேசிக்கு ஒரு குறுஞ்செய்தி வந்தது.வாகனத்தை சாலை ஓரத்தில் நிறுத்தி விட்டு அவனுடைய அலைபேசியை பார்த்த போது அவனுக்கு உணவு விநியோகம் செய்வதற்கான விவரங்கள் ஒரு குறுஞ்செய்தியாக வந்தது.

ஆம் அர்ஜுன் ஒரு உணவு விநியோகம் செய்யும் நிறுவனத்தில் பணிபுரியும் பணியாள். படித்த படிப்புக்கு ஏற்ற வேலை கிடைக்காத நிலையில் தற்காலிகமாக கிடைத்த வேலையை செய்து கொண்டிருக்கிறான்.

வெயில் மழை பாராமல் உழைப்பவன். பிறர் பசியை ஆற்றிட செல்லுகையில் தன் பசியையும் பொருட்படுத்தாதவன். பிடிக்காத வேலை எனினும்

பிடித்த நபர்களுக்காக வேலையைச் செய்து கொண்டிருக்கும் நடுத்தர வாலிபன்.
தினம் ஒரு முறையேனும் வாடிக்கையாளர்களின் அவமதிப்பிற்கோ,கோபத்திற்கோ, அல்லது கேலி பேச்சிற்கோ இவன் இரையாவது உண்டு.
அவ்வாறு நிகழ்கையில் அவன் கண்களில் கோபம் தெறிக்கும், மனதின் வலிகளை உதடுகள் வார்த்தைகளாக உதிர்க்க துடிக்கையில் அவனுடைய மூளை சில கனவுகளைக் கண்களில் காட்சிப்படுத்தும், அவனுடைய செவிகளில் குடும்பத்தினர்களின் குரல்கள் ஒலிக்கும்.
அத்தருணத்தில் மௌனம் அவனை ஆட்கொண்டு தனக்குள்ளேயே அனைத்தையும் புதைத்திட்டு புன்னகையை மட்டுமே அவன் உதடுகள் உதிர்த்து செல்லும்.
உணர்வுகள் அனைவருக்கும் ஒன்றே அதனை அவரவர்கள் உணராத வரையில்.

உயிர்த்தெழு நதியா

குத்தகைப் பணம்

காலைப் பத்து மணிக்கெல்லாம் வெளியில் வரவே முடிவதில்லை அந்த அளவிற்கு வெயில் கொளுத்துகிறது. தொலைக்காட்சி செய்தியிலும் கூட பதினோரு மணிக்கு மேல் வெளியில் செல்வதைத் தவிர்க்கவும் என்று அறிவுறுத்தியிருந்தார்கள். நம்ம

கிராமத்துப்பக்கம் சொல்லுவாங்க "பங்குனி வெயில் பல்லைக் காட்டிக்கொண்டு அடிக்கும்" என்று அதுபோல வெயில் வெளுத்து வாங்கியது. இதற்கு மேல் வெயிலில் இருக்க முடியாது மேஞ்சவரைக்கும் போதும் என்று முடிவு செய்த அருள்மணி மேய்ந்துகொண்டிருந்த ஆடுகளை நிழலில் கட்டினான். வரப்பில் கட்டியிருந்த மாடுகளையும் தண்ணீர் காட்டிவிட்டு மாட்டுக் கொட்டகையில் கட்டி வைக்கோல் போட்டான். கைக்கால் முகமெல்லாம் நன்றாகக் கழுவித் தலைப்பாகையாகக் கட்டியிருந்த துண்டை எடுத்துத் துடைத்துக்கொண்டான். வெயிலில் வேலை செய்ததால் சற்றுக் களைப்பாக இருந்ததை உணர்ந்தான். வீட்டிற்குச் சென்று பாத்திரத்தில் இருந்த உணவுகளை எடுத்து பசியாறிக் கொண்டான். அம்மா ஊருக்கு போயிருக்கு சாயங்காலமாதான் வரும் அதுக்குள்ள ஒரு தூக்கத்தைப்போடலாம் என்றெண்ணி கட்டிலருகே சென்றவன் அலைபேசியின் ஞாபகம் வந்தது. மேசை மேல் இருந்த தனது அலைபேசியை எடுத்தான். அதில் இரண்டு தவறிய அழைப்புகள் இருந்தது. அதைத் திறந்து பார்க்கும் பொழுது கலையரசி என்ற பெயர் தெரிந்தது. அதைக்கண்ட மனம் துணுக்குற்றது. அருள்மணியினுடைய சித்தப்பாவுக்குக் கலைச்செல்வி கலையரசி என்று இரண்டு மகள்கள். இவர்களில் கலைச்செல்வி தான் பெரியவள். இவள் எந்தவொரு செயலையும் பொறுமையாகவும்இி நிதானமாகவும் செய்யக்கூடியவள் மேலும் மற்றவரிடம் நாகரீகமாக பேசுவதை வழக்கமாக உடையவள். இரண்டாமவள் கொஞ்சம் துடுக்கு யாரிடம் எப்படிப் பேசவேண்டும் எவ்வாறு நடந்து கொள்ள வேண்டும் என்பதைப் பற்றியெல்லாம் கவலைப்படுவதில்லை. அவளுடைய அம்மாவைப்போல் வாய்க்கு வந்தபடி பேசி தள்ளுவதை வழக்கமாக கொண்டிருப்பவள். இதனாலேயே உறவினர்கள்

பெரும்பான்மையோருக்கு அவளைப் பிடிப்பதில்லை. ஆனால் கலையரசி அருள்மணியை எவ்வளவுதான் திட்டினாலும் கடைக்குட்டி என்பதால் நன்றாகப் பாசமாக இருப்பான்.

அருள்மணியினுடைய சித்தப்பா தன் அத்தை மாமா மற்றும் மனைவியின் பேச்சைக் கேட்டுக்கொண்டு தனது மாமனார் வீட்டிலேயே வாழ்ந்து வந்தார். திருமணம் முடிந்த சில ஆண்டுகள் வாழ்க்கை இனிப்பாக இருந்தது. நாட்கள் செல்லச் செல்ல கசப்பான வாழ்க்கையை அனுபவித்தார். அதற்குள் இரண்டு பெண் குழந்தைகளும் பிறந்து நன்றாக வளர்ந்துவிட்டார்கள். பள்ளிக்குச் சென்று கொண்டிருந்த குழந்தைகள் சித்தப்பாவின் பேச்சைக் கேட்கத்தயாராக இல்லை என்பதையும் நாளடைவில் புரிந்துகொண்டார். இனியும் இங்கு வாழ்வது நமக்கு சரியாக அமையாது என்று கருதி தன்னுடைய குழந்தைகளை ஊருக்கு அழைத்தார் குழந்தைகள் வரமறுத்துவிட்டனர். மனைவியை அழைத்தார் "நான் செத்தாலும் அந்த ஊருக்கு வந்து வாழமாட்டேன்" என்று மூஞ்சியில் அடித்தால் போல் பேசிவிட்டாள். இதை அவர் மனம் ஏற்றுக்கொள்ளவில்லை மனம்வெறுத்தவர் தனியாளாக நடந்தே தன் பிறந்த ஊருக்கு வந்துவிட்டார்.

தன் அண்ணனிடம் நடந்த உண்மை எல்லாம் கூறி அழுதார். அதற்கு அவர் அண்ணன் "தம்பி அத்தை மகள் என்று தான் உனக்கு அவளைக் கட்டி வைத்தேன். ஆனால்... இப்படி செய்வார்கள் என்று எனக்குத் தெரியவில்லை. சரி நாளைக்கு நான் போய் பேசிப்பார்கிறேன்..." என்றார்.

"அண்ணா...! நீங்கள் அவங்ககிட்டல்லாம் பேசவேண்டாம். நான் எவ்வளவோ பேசிவிட்டேன் கேக்கறமாதிரி தெரியல. நீங்களும் பேசி அவமானப் படவேண்டாம்." என்று கூறினார் சித்தப்பா.

"சரி அதையே நினைச்சிக்கிட்டு இருக்காத... இங்கேயே இருந்து இனிமேல் பொலைக்கிற

வழியப்பாரு..” என்று கூறி அவர் அண்ணன் விடைபெற்றார்.

ஆனாலும் தன்னால் பழைய நினைவுகளை மறக்க முடியாமல் நடைப்பிணமாக வாழ்ந்தார். அதனால் அவருக்கு நடுக்குவாதம் என்ற நோய் தொற்றிக் கொண்டது. எப்பொழுதும் உடல் நடுங்கிக்கொண்டே இருக்கும். சாப்பிடக்கூட முடியாது கையெல்லாம் நடுங்கும் அப்படியொரு கொடுமையை அனுபவித்தார். இந்த நிலையில் தனது அண்ணன் மகன் மகள் தயவோடு தினந்தோறும் உணவு அருந்துவது குளிப்பது உடை மாற்றிக் கொள்வது போன்ற பணிகளையும் செய்து கொண்டிருந்தார். இந்த நோய் பிணியில் துன்புற்று இருந்த நிலையில் கூட உறுதுணையாக இருப்பதற்கு அவருடைய மனைவியும் மகள்களும் விரும்பவில்லை என்பதை அறிந்தார். குழந்தைகளையும் மனைவியையும் வெறுத்து ஒதுக்கினார். சில நாட்களுக்குப் பிறகு வாழவிரும்பாமல் தற்கொலை செய்துகொண்டார். அதற்குப்பின் மனைவி மகள்கள் அனைவரும் வந்தார்கள் செய்ய வேண்டிய காரியங்களை செய்து முடித்து விட்டு சென்று விட்டார்கள். சில ஆண்டு காலம் சென்ற பிறகு அருள்மணியின் தந்தையும் வயது மூப்பின் காரணமாக இறந்துவிட்டார். அக்காவுக்கும் திருமணம் முடிந்து வெளியே சென்று விட்டாள். அருள்மணியும் அவனுடைய அம்மாவும் தனியாக இருந்து நான்கு ஏக்கர் விவசாய நிலத்தில் உழுது வாழ்ந்து வந்தார்கள். அருள்மணி தன்னுடைய அக்காவிற்கும் சித்தப்பாவுக்கு பிறந்த தங்கைகளுக்கும் செய்யவேண்டிய சீர் செனத்திகளையெல்லாம் செய்துவந்தான். ஒவ்வொரு முறை சீர் செய்யும்போதும் தனது தந்தை சொன்ன வார்த்தைகளை எண்ணிப் பார்ப்பதை மறக்க மாட்டான்.

“தம்பி நான் போனபிறகு உன்னுடைய அக்காவிற்கு எப்படி சீர் செய்வாயோ? அதேபோல உன் தங்கைகளுக்கும் கடைசி வரை சீர் செய்யனும.;

அதுல ஒரு குறையும் வந்திரக் கூடாது. அக்காவையும் தங்கச்சிகளையும் எந்த சூழ்நிலையிலையும் பிரிச்சி பார்த்திராத... இதுதான் உன் சித்தப்பாவிற்கு நீ செய்கிற நன்றியாக இருக்கும்." என்று தன் தந்தை மனமுருகி சொன்ன வார்த்தைகளை எப்போதும் நினைத்துப் பார்ப்பான் அருள்மணி.

சின்னம்மாவினுடைய அப்பா அம்மா அண்ணன் என்று வரிசையாக இறந்துவிட்டனர். அவள் தனது அண்ணன் மகன்கள் இருவருக்கும் தனது மகள்களை கட்டிவைத்தாள். அவள் அருள்மணியிடம் தனது கணவர் பெயரில் உள்ள இரண்டு ஏக்கர் நிலத்தை ஓட்டிக்கொள்ளுமாறும் அதற்குரிய குத்தகைப்பணத்தை ஆண்டுதோறும் கொடுக்குமாறு கூறினாள். அதை ஏற்றுக்கொண்டு அருள்மணி ஆண்டுதோறும் அதற்குரிய தொகையை கொடுத்து வந்தான்.

தற்போது நான்கு ஆண்டுகாலமாக மழை சரிவர பெய்யாததால் எல்லா நிலங்களும் கரம்பாக போய்விட்டது. உழவுத் தொழில் செய்து வந்த அருள்மணி கட்டிட வேலைக்குச் செல்லும் நிலை ஏற்பட்டுவிட்டது. சேலத்திற்கு கட்டிட வேலைக்குச் சென்று மாதக்கணக்கில் தங்கி இருந்து உழைப்புக்கேற்ற ஊதியத்தை தாயிடம் வழங்குவான். இந்த ஊதியம் தனது அக்காவின் திருமண கடனுக்கு வட்டியை மட்டுமே பூர்த்தி செய்தது. ஆடு மாடு மற்றும் கோழி மூலம் கிடைக்கும் வருமானத்தை வைத்து குடும்பம் நடந்தது. காட்டில் வெள்ளாமையும் இல்லை அதனால் கடந்த இரண்டு ஆண்டுகளாகவே குத்தகைப் பணம் தர இயலவில்லை அதற்காகத்தான் அழைப்பு வந்திருக்கும் என்று நினைத்துக்கொண்டான்.

அருள்மணியின் சித்தப்பா உடல்நிலை சரியில்லாதபோது ஒரு வாய் சோறு ஊட்ட கூட வரவில்லை ஆறுதலாக ஒரு வார்த்தைகூட

பேசவில்லை ஆனால் அவரோ தன் குழந்தைகள் வந்துவிட்டால் பழசையெல்லாம் மறந்து அவர்களுக்காக கடைக்குச் சென்று பலகாரங்களை வாங்கிவந்து தருவார். என்ன இருந்தாலும் அவருடைய இரத்தம் தானே அதனால் பாசம் வந்துவிடுகிறது.. இன்னமும் அவன் தங்கைகள் இருவருக்கும் தனது அப்பாவினுடைய வயல்கள் எதுவென்று தெரியாது. அந்த வயல்களில் அவர்களுடைய பாதம் கூட பதிந்திருக்காது. பயிர் நட்டு களை எடுத்து விளைவித்து அதை அறுவடை செய்யும் பணிகளில் வியர்வை துளி கூட அந்த மண்ணில் விழுந்திருக்காது. தங்கைகள் இருவரும் நல்ல வசதிகளோடு நன்றாக வாழ்ந்து வருகிறார்கள். இந்த குத்தகைப் பணத்தை வைத்துத்தான் அவர்கள் குடும்ப நடத்த வேண்டும் என்கிற நிலை இல்லை. அவர்கள் வாழும் இடங்களில் நல்ல மழை பெய்து விவசாயம் செழித்து இருந்தது. அவர்கள் ஆநிரைகள் மூலம் கிடைக்கும் வருமானத்தை விடவும் மிக குறைவானது இந்த குத்தகைப் பணம். குத்தகை தந்துவிட வேண்டும் அது அருள்மணியினுடைய கடமைதான் ஆனால் சொந்தப் பெரியப்பா மகனிடமே கந்துவட்டிக்காரன் கரப்பது போலக் காராய் இருப்பது கொஞ்சம் அருவறுப்பாகதான் இருக்கிறது. இப்படியெல்லாம் மனக்குமுறல்கள் ஒவ்வொன்றாய் நினைத்தவாறு மல்லாந்துப் படுத்திருந்தான் அருள்மணி.

அப்போதுதான் மீண்டும் அலைபேசியில் அழைப்பு வந்தது. சட்டென எழுந்து அலைபேசியை கையில் எடுத்தான். அலைபேசி வெளிச்சத்தில் கலையரசி என்ற பெயர் மிதந்தது. அலைபேசியின் எடுப்பு பட்டனை அழுத்தி தனது காதில் வைத்தான். அதிலிருந்து வந்த வார்த்தைகள் அவன் காதுகளில் பேரிடியாய் விழுந்தன.

"அண்ணா ஒரு வருசம் பொறுத்துக்கிட்டேன் ரெண்டு வருசம் பொறுத்துக்கிட்டேன். இதுக்கு மேல என்னால ஒரு நாள் கூட பொறுக்க முடியாது.....

சித்திரை ஒன்னாந்தேதிக்குள்ள குத்தகைப் பணத்தைத் தந்திடு..... அப்படி தரலைன்னா நடக்கறதே வேறயா போயிடும் பாத்துக்கோ.. நான் சும்மா சொல்லிக்கிட்டு இருக்கமாடடேன்... அங்க வந்தனா நல்லா இருக்காது ஆமாம்.. ஒனக்கு சூடு சொரணை எதாவது இருந்தா குடுத்துடு..... உன்னால எல்லாம் எப்படி வாழ முடியுதுன்னு எனக்கு தெரியல மத்தவங்க காசு தின்னுபுட்டு..... நான் அங்க வந்தா உன் தலையில துண்டப்போட்டு நாலுவார்த்தை நறுக்குனு கேட்டுப்புடுவேன் சொல்லிட்டேன்...." என்று வார்த்தைகள் தொடர்ந்து காதுகளில் ஒளித்துக் கொண்டிருந்தன. அவனால் எதுவும் பேச முடியவில்லை சிரித்துக்கொண்டே கேட்டுக்கொண்டிருந்தான். ஆனால் அவன் கண்களிலிருந்து நீர் வழிந்தோடியது.

அன்புவேல் வர்மன்

விழிகளில் வலி

வீட்டில் இருந்து விடைபெற்றுக் கொண்டு என் ஊரில் இருந்து கோபிக்கு பேருந்தில் ஏறி சன்னலோர இருக்கையில் அமர்ந்தேன். சுஜாதாவின் கணையாழி கடைசிப் பக்கங்கள்

புத்தகத்தை புரட்ட ஆரம்பித்தேன். அரைமணி நேரத்தில் பேருந்து கோபிசெட்டிபாளையம் நிறுத்தத்தை அடைந்தது. பத்து நிமிடமாக பேருந்து அந்நிறுத்தத்தில் நின்று கொண்டிருக்க, அப்போது ஒரு குரல் கேட்டது..

என்னவென்று சன்னல் வழியே எட்டிப் பார்த்தால் என்னை நோக்கி கையை ஏந்தியபடி ஒரு மூதாட்டி நின்று கொண்டிருந்தார்.

அளவுக்கும் அதிகமான திரைச்சுருக்கம்,அழுக்கான உடை,கையில் தடி, பெரிய சோடாபுட்டிக் கண்ணாடி. அம்மூதாட்டியை பார்த்ததும் பிள்ளைகள் மற்றும் உறவினர்களால் கைவிடப்பட்டவள் என்று அறிந்து கொள்ள எனக்கு வெகுநேரம் எடுக்கவில்லை. பேருந்தில் அப்போது மக்கள் அதிகமில்லை. அந்தப் பாட்டி என்னைப் பார்த்து முணுமுணுத்துக் கொண்டு பாவமாக அவர் கையை நீட்டினார். உடனே என் சட்டைப் பையில் இருந்த பத்து ரூபாய் நோட்டை கொடுத்தேன். அந்தப் பாட்டியின் கையில் இருந்தது 1 ரூபாய், 2 ரூபாய் நாணயங்கள் மட்டுமே. நான் அளித்த 10 ரூபாயை வாங்கிக் கொண்டு "நீ நல்லாருக்கனும் சாமி" என்று ஆரம்பித்து தன் பிள்ளைகள் பற்றியும் அவர்கள் தன்னை ஏமாற்றியது பற்றியும் புலம்ப ஆரம்பித்தார். இது ஐந்து நிமிடங்கள் தாண்டியும் தொடர்ந்தது.

அவரது வார்த்தைகள் மன இறுக்கத்தை அளிக்கவே நான் அதைக் காண விரும்பாதவனாய் புத்தகத்தில் ஈடுபட முயன்றேன். கண்கள் புத்தகத்தின் எழுத்துக்களை பார்த்துக் கொண்டிருந்தாலும், என் மனம் அதில் லயிக்கவில்லை. இடையே "என்

கிட்னிய கொண்டு போய்ட்டாங்க பா" எனும் வார்த்தைகள் மேலும் என்னை வேதனைக்குள்ளாக்கின. அம்மூதாட்டியின் குரல் என்னுள் ஒலித்துக் கொண்டே இருந்தது. அவர் வார்த்தைகளில் இருந்து என்னை திசை திருப்ப இரண்டு நாட்களாக முயன்றும் இயலவில்லை. அவள் விழிகளில் நான் கண்ட வலிகளெல்லாம் நான் அளித்த ரூபாய் நோட்டில் காணாமல் போக விழிகளில் வலியின் புன்னகையோடு அவ்விடத்தை விட்டு நகர்ந்து சென்ற மூதாட்டி இன்றும் என் நினைவில் நிற்கிறாள்.

ஜெய்சந்திரன்

ரகசியமாய் புன்னகைத்தால் பொருள் என்னவோ??

அவள் ஒரு தமிழ்ப் பேராசிரியை என்ற கர்வம் அவளுக்கு வந்ததே இல்லை காரணம் சற்று தினங்களுக்கு முன்பு வரை அவளின் பாதை வேறு

ஒரு பணியை நோக்கி சென்றுகொண்டிருந்தது 100 சதவீத உழைப்பை போட்டு அவள் தனக்கு பிடித்தமான பணிக்காக அரும்பாடு பட்டுக் கொண்டிருந்தாள்..எதிர்பாராத விதமாய் அவளின் பணியில் தோல்வியை கண்டு விட்டாள்..
ஊரெங்கும் புயல் மழை,, ஆளையே அடித்துக் கொண்டு செல்வதைப் போல வெள்ளப்பெருக்கு,, ஆம் இவை யாவும்
அவள் மனதில்..
இந்த வேலையில் தான் அவளுக்கு நினைவு வந்தது இரண்டு நாட்களுக்கு முன்பு அவளின் எதிர்காலம் பாதையை அவளின் தோழி கல்லூரியின் பக்கமாய் திருப்பி விட்டிருந்தாள்..
கடமையாய் செய்த காரியத்தால் இவளுக்கு வேலை கல்லூரியில் பேராசிரியராக கிடைத்திருந்தது...
பழைய பாதையை சற்றே தள்ளி வைக்க வேண்டும்,, புதிய பாதையில் தன்னை பொருத்திக் கொள்ள வேண்டும்,,இவை இரண்டும் ஒரே சமயத்தில் அவள் வாழ்வில் நிறைவேறி இருந்தது..
கண்களை மூடிக்கொண்டாள்..
ஒரு வாரம் பறிபோன பணியை எண்ணி அவள் கிறங்கிப் போயிருந்தாள்..
எங்கும் ஒரே பயம் ஒரு வாரத்திற்குப் பிறகு முதல் நாள் கல்லூரி பேராசிரியையாக தன்னை மாற்றிக்கொண்டு புடவையும் புத்தகமாக தன் கல்லூரி வாழ்க்கையை நோக்கி புறப்பட்டலானாள்...
முதல் நான்கு நாட்கள் ஏனோ யாரைப் பார்த்தாலும் பயம்..
திக்குத் தெரியாத காட்டில் திசை மாறிய பறவையாய்,,அவளின் வகுப்பறைக்குள் தன்னை ஒரு பல்லியை போல தன்னுடைய இருக்கையில்

பதித் திருந்தாள்....
புது இடம்,,புது மனிதர்கள்,, எதிர்பாராத பணி,,தனிமை என்று அவளின் மனநிலை சற்று குழப்பமாக இருந்தது....
ஒவ்வொரு சூழ்நிலையிலும் அவளுடைய தோழி அவளுக்கு உறுதுணையாக இருந்தால் இவ்வாறு நாட்கள் கழிந்தன...
எதிர்பாராமல் கடந்த நாட்களில் அவளின் அந்த வகுப்பறையில் மாணவர்களை பார்த்து இனி இவர்களுடன் தான் தன்னுடைய பயணம் இனி வரும் நேரத்தை இவர்களுடனே செலவிட வேண்டும் இவர்கள் உடனே இருக்க வேண்டும் என்று எண்ணினாள்..
உண்மையில் சொல்லப்போனால் அதிக வாய்பேசும் விவரம் அறியாத குழந்தைகள் அவர்கள்...
எதிர்கால பயமே அறியாத,,,நிகழ்கால சூழளை புரிந்துகொள்ளமுடியாத இளம் பிஞ்சுகள்...
அவளால் முடிந்தவரை அக்குழந்தைகளுக்கு ஏதாவது செய்துவிட வேண்டும் என்ற நோக்கிலும் தன்னைத் தானே புரிந்து கொள்ள அவர்கள் முயற்சிக்க வேண்டும் என்பது அவளின் சிந்தனையாக இருந்தது..
பள்ளி முடிந்து வீடு திரும்பும் குழந்தைகளுக்காக காத்திருக்கும் தாயை போல அவள் அவளுடைய குழந்தைகளுக்காக காத்துக் கொண்டிருக்கிறாள்..
இனி வரும் காலங்களில் அவள் அவளுடைய கடந்த கால கனவுக்கு முற்றுப்புள்ளி வைத்து,, ஆசிரியர் பணிக்கு தன்னைத் தானே அர்ப்பணித்து கொள்ள விரும்புகிறாள்..
வாசனை மாறாத வண்ண மலர்கள். அந்த குழந்தைகள்,, வலியை மறைக்க அவள்

அவர்களோடு சுற்றி தெரிந்தால் கடைசியில் அவளே ஒரு
புன்னகை தேசமானள்... ஆம் அவள் தோட்டத்தில் இன்று அத்துணை மலர்கள் குழந்தைகளாய் பூத்து குலுங்கி கொண்டு இருக்கின்றன...

ஆ. சத்யா
(கண்ணன் மீரா)

வாழ்க்கையே போராட்டம்

அதிகாலை 4மணிக்கெல்லாம் வரத்தானின் தூக்கத்தை விரட்டியது அவனது மனக்கவலை, ஆம் அவனது மனக்கவலையெல்லாம் அன்றைக்கு அவனுக்காக காத்திருந்த வாய்ப்பினை நன்கு பயன்படுத்தி வெற்றி பெறவேண்டும் என்பதே ஆகும், அப்படி என்ன மனக்கவலை, அப்படி என்ன வாய்ப்பு

என்று கேட்கறீர்களா? சொல்கிறேன்.வரதனின் பெற்றோர் மற்றவர்களை போல் அல்ல வரதனின் அம்மாவின் பெயர் நீலா வரதனின் பெரியம்மாவின் பெயர் மாலா இருவரும் அக்காள் தங்கை, மாலாவின் கணவர் நீலாவை ஏமாற்றி வயிற்றில் பிள்ளையை கொடுத்துவிட்டார், அந்த பிள்ளைத்தான் நமது காதநாயகன் வரதன், வரதனின் தாயார் சிறுவயதிலேயே வரதன் பிறந்துவிட்டதால் வரதனின் தாயார் வரதனை வளர்க்க மிகுந்த சிரமப்பட்டாள், அக்காள் கணவரே ஏமாற்றியதால் நீலா தன் மகன் வரதனை மட்டும் தூக்கி கொண்டு வெளியூருக்கு சென்றுவிடுகிறாள், சென்று யாருக்கும் தெரியாமல் வரதனை வளர்க்க முயலுகிறாள், யாரும் அவளுக்கு உதவி செய்ய முன்வரவில்லை புதிய ஊரில் வாடகைக்கு வீடு பார்த்து தங்கி தன் மகன் வரதனை வளர்க்கிறாள், நீலா சரியாக படிக்காததால் வீட்டுவேளைக்கு சென்று தன் மகனை வளர்த்து வருகிறாள், வரதனுக்கு மூன்று வயது முடிகின்றது திடிரென்று ஒரு பெரிய சூறாவளி நீலாவின் மனதிலும், வரதனின் வாழ்விலும் வீசி பெரிய பாதிப்பை ஏற்படுத்துகிறது, ஆம் இப்பொழுது கொரோனா தொற்று நோயைப்போன்று அன்று இளம்பிள்ளை வாதம் என்ற ஒரு நோய் வந்து பல குழந்தைகள் கை, கால்கள் செயலிலந்து போனது, அந்த நோயால் வரதன் பாதிக்கப்பட்டான், இப்பொழுது வரதனின் கால்கள் செயலிலந்து நடக்கமுடியாமல் போனது, நீலாவின் நெஞ்சில் பேர்டியாய் பாய்ந்தது குழந்தையும் கொன்றுவிட்டு தானும் தற்கொலை செய்துகொள்ள நினைத்தாள், ஒருகணம் அவள் உலகையும், வாழ்வையும் வெறுத்தாள், என்ன

செய்வதென்று தெரியாமல் தவித்தாள், அப்பொழுது அவளது தவறான முடிவை கண்டித்து தைரியம் சொல்லி அவளை தேற்றினார்கள் அங்குள்ள பெரியவர்கள், பின்னர் தன் மனதை கொஞ்சம் கொஞ்சமாக மாற்றி தானக்காக இல்லையென்றாலும், தன் மகனுக்காக வாழ்ந்து மகனையும் வளர்த்து ஆளாக்க எண்ணினாள், மகன் வரதனை கண்ணுக்குள்ள வைத்து வளர்த்தாள், அவனை பள்ளியில் சேர்க்கும் பருவம் வந்தது, பள்ளியில் சேர்க்க சென்றால் எந்த பள்ளியிலும் சேர்த்துக்கொள்ளவில்லை, ஒவ்வொரு பள்ளி கூட வாசலில் நின்று கெஞ்சினாள் நீலா, இறுதியில் ஒரு பள்ளியில் சேர்த்துக்கொண்டர்கள், நீலாவின் ஒவ்வொரு செயலும் போராடி போராடி வெற்றி பெற்றாள், வராதனை அவனது பள்ளியில் கூட பைலும் பசங்க கிண்டலும், கேலியும் செய்தார்கள் வரதன் தினமும் பள்ளி முடிந்து வந்ததும் அம்மாவிடம் சொல்லி சொல்லி அழுவான், பள்ளிக்கு செல்லமாட்டேன் என்றெல்லாம் அடம்பிடிப்பான், அவனை தேற்றி அவன் அம்மா பள்ளிக்கு கொண்டு விட்டுட்டு வருவாள்,வரதனுக்கு சிறு வயதிலேயே நன்றாக ஓவியம் வரையும் திறமை இருந்தது, தனக்கு மனக்கவலைவரும்போதெல்லாம் வரதன் ஓவியம் வரைய தனியாக சென்றிடுவான், வரைந்து முடிக்கும் வரை, உணவு, தண்ணீர் கூட இல்லாமல் இருப்பான் அவனுக்கு ஓவியத்தின் மீது அவ்ளோ ஆர்வம் இருந்தது, தன்னால் நடக்க முடியவில்லை என்றாலும் அதனை ஒரு சவலாக கொண்டு நடப்பவர்கள் அனைவரும் அவனது ஓவியத்தை பார்த்து வியந்து பாராட்டும் வண்ணம் அவனது

ஓவிங்கள் இருந்தன,அதனைக்கொண்டு சிறு சிறு வருமான வாய்ப்புகளும் வந்தன, அதோடு இல்லாமல் வரதனுக்கு கவிதை எழுதுதல், பாட்டு பாடுதல், போன்ற திறன்ங்களும் கூடவே வளர்ந்தன.நாட்கள் ஓடின வரதன் வளர்ந்து பெரியவனாக ஆனான் எல்லா திறமைகளும் இருந்தும் வரதனுக்கு போதிய வருமானம் இல்லை, ஒருபக்கம் தன் தாயாரின் கஷ்டங்கள் அவனை பெரிதும் பாதித்தது அவன் வேளைக்கு போய் தன் தாயின் கஷ்டத்தை போக்க நினைத்தான்,கல்லூரியில் முதுகலை பட்டம் பெற்றிருந்தான், தன் படிப்பிற்கு ஏற்ற வேளைக்கு முயற்சித்தான், நடப்பவர்களுக்கே வேலை கொடுக்க தயங்கும் சமுதாயத்தில் வரதனின் முயற்சி கானல் நீராகவும் வேலை கிடைப்பது குதிரை கொம்பாகவும் இருந்தது. அரசு வேலைக்கும் விண்ணப்பித்திருந்தான் பலனில்லை, அரசு தேர்விலும் வெற்றி பெற்றும் பணம் கொடுக்க வசதி இல்லாமல் வாய்ப்பினை தவறாவிட்டான் வரதன், இருப்பினும் மனதை தளர விடாமல் தொடர்ந்து முயற்சித்து கொண்டே, வீட்டிலேயே டியூஷன் எடுத்தும், ஓவியம் வரைந்தும் தன் தயாருக்கும் உதவியாக இருந்து வந்தான், இந்த சூழ்நிலையில் தான் அப்படியொரு பெரிய வாய்ப்பு அவனுக்கு வந்திருந்தது,அந்த வாய்ப்புதான் அவனை அதிகாலை 4மணிக்கு எழுப்பியது அது என்னவெனில் அந்த ஊரின் மாவட்ட ஆட்சியர், வரதனின் திறமையை அறிந்து அவனுக்கு ஒரு வாய்ப்பு கொடுத்திருந்தார், அது என்ன வாய்ப்பு எனில் அந்த ஊரை வளர்ச்சி மிக்க ஊராக வரைந்து வருமாறு சொல்லியிருந்தார், அதனை உள்வாங்கி கொண்டு அவரே அசந்து

போகும் வண்ணம், நீர் சேமிப்பு, விவசாயம் முன்னேற்றம், சாலைவசதி, மின்சாரம் கட்டமைப்பு, கட்டிடங்களின் அனைவகுப்பு என்று ஒரு ஸ்மார்ட் சிட்டி ஒன்றை தன் ஓவியத்திரனால் உயிரோட்டத்துடன் வரைந்திருந்தான், அதனை கண்டு வியந்து பாராட்டி ஆட்சியர் அலுவலகத்தில் ஒரு வேலையும் போட்டு கொடுத்தார் மாவட்ட ஆட்சியர். மகிழ்ச்சி வெள்ளத்தில் மிதந்த வரதன் தன் தாயின் காலில் விழுந்து வணங்கியபோது ஆனந்த கண்ணீர் அவன் அம்மா வடித்தாள்

கரந்தை கவிஞர்,
புலவர்- எல். செல்வ குமார்

காதலுக்கு கண்கள் இல்லை

ஆமாங்க இந்த காதலுக்கு கண் இல்ல தான்! இணை இல்லாமல் அன்பை மட்டும் காட்டுற இந்த காதலுக்கு என்னைக்குமே கண் இல்ல தான்... தமிழ்நாட்டுல ஆரம்பிச்ச ஒரு கதை கேரளா வரைக்கும் போய் மறுபடியும் தமிழ்நாட்டுலயே முடியும் நா அந்த கதைக்கு பின்னாடி ஒரு பெரிய

காவியமே இருக்கும், அந்த காவியத்தின் ஓவியமா இருந்தது ஒரு உறவு...உறவாக மாறிய ஓர் உணர்வு... உயிரோடு கலந்த உறவு!

2012 ஆம் ஆண்டு கேரளாவில்:

திருவனந்தபுரம்ல ஒரு நிறுவனம். அன்னைக்கு தான் கம்பனில ஒரு சந்தித்தல்(மீட்டிங்) நடந்துது. இந்த கம்பனில சுமார் 500 நாவல்களை வெளியிட்டிருக்குறாங்க, அதுலையும் அந்த கம்பனில போன வருஷம் வெளியிட்ட "தி புளூ ஐஸ்" "THE BLUE EYES" னு ஒரு நாவல் உலகளவுல புகழ் பெற்றது, அதுனால அந்த நிறுவனத்துக்கு நிறைய பேரும், புகழும் கிடச்சிது. அதன் அடிப்படையில் தான் இந்த சந்திப்பு (மீட்டிங்). இந்த புகழ் மற்றும் நிகழ்வுகளை கொண்டாடும் வகைல நிறுவனத்துல ஒரு பார்ட்டி நடக்குது. அந்த பார்ட்டிக்கு நிறுவனத்துல இருக்க எல்லா ஊழியர்களும் மேலாளர்களும் (மேனேஜரும்) வந்திருக்காங்க.

மேனேஜர்: குட் ஈவினிங் எவ்ரிவன்... ஐ ஓப் எல்லாரும் இந்த பார்டிய ஜாலியா என்ஜாய் பண்ணுரிங்க... அப்புறம் உங்க எல்லாருக்கும் தெரியும் எதுக்கு இந்த பார்ட்டி னு, போன வருஷம் நம்ம வெளியிட்ட "தி புளூ ஐஸ்" நாவல் உலகளவுல புகழ் பெற்றது அதுமட்டும் இல்லாம நம்ம வெளியிட்ட எல்லா நாவலுக்கும் பொதுமக்கள் கிட்ட இருந்து நல்ல ரெஸ்பான்ஸ் (பதில்) இருக்கு, நம்ம அடுத்து என்ன வெளியிட போரும்னு எல்லாரும் ஆவலோடு எதிர்பார்க்கிறுங்க....

வர மே 9 உங்க எல்லாருக்கும் என்ன நாள் னு தெரியும், எஸ்! *"அன்னையர் தினம்** அதுல நம்ம

அடுத்த திட்டம்(project) *"கேர் அண்ட் லவ் ஆ:ப் மதர்"* (Care and love of mother).
இந்த நாவலுக்கு வருண் னு ஒருவர எழுத்தாளராக தேர்வு செய்ராங்க... அவனும் அந்த நாவலுக்காக நிறைய நிறைய ஆராய்ச்சி செய்து அந்த கதை முடிக்குற நிலைக்கு வந்துட்டான்.
ஆனா , திடிருனு சென்னை ல இருந்து வந்த ஒரு பொண்ணு (பெயர்- ஜனனி) , அந்த நிறுவனத்த விசிட் பன்னுரா.
என்ன நடந்துது னு தெரியல.. அந்த நிறுவனத்தின் மேனேஜர் அந்த பொண்னோட கதைய வர மே 9 வெளியிட போரும்னு அனௌன்ஸ் (சொல்லாரு) பன்ராரு...
இது வருனுக்கு தெரியாது... அவன் அந்த மேனேஜர் கிடட் போய் இத எல்லாம் கேக்குறான்... ஏன் என்ன தேர்வு பண்ணிட்டு (choose) , இப்போ யாருனே தெரியாத ஒரு பொண்ணு எழுதுன கதைய வெளியிட போரும்னு சொல்லுறிங்க னு அவன் கேக்குறான்...
மேனேஜர் அவன்கிட்ட அந்த பொண்ணோட கதைய படிக்க சொல்லாரு.. ஆனா அவன் அந்த படிக்காம அந்த நூல வீட்டுக்கு எடுத்துட்டு போய்டுறான்.... அங்க போய்ட்டு அந்த நூல தூக்கி போட்டுடான்... அப்புறம் ஒரு வாரம் அவன் ஆ:பிஸ் கே (office) போகல... சரி ஒரு வாரம் அப்புறம் ஆ:பிஸ் போலாம் னு ரெடி ஆகுறான்... அப்போதான் அவனுக்கு அந்த தூக்கி போட்ட அந்த நூல் கண்ணுக்கு தெரியுது. சரி அப்படி என்ன தான் கதை இருக்கு இந்த நூல் ல , எப்படி நம்ம மேனேஜர் இந்த நூலுக்கு சரி னு சொன்னாரு னு... படிக்க ஆறம்பிக்குறான்....

நூலின் முதல் பக்கம்: *புன்னகை பூவே*
இரண்டாம் பக்கம்:
என் பெயர் கவித்தா. வாழ்க்கையில எல்லா பொண்ணுக்கும் இருக்க கனவுகள் எனக்கும் இருந்துச்சு... ஆனா என்ன பண்றது பல பொண்ணுங்களோட கனவுகளை களைக்குறதே இந்த கல்யாணம் தான்..! 17 வயசுல கல்யாணம், 18 வயசுல வைத்துல புள்ளைய சுமந்துட்டு இருக்கு... எவ்வளவோ கனவுகள் இருந்துது... அத என்னால நிறைவேற்ற முடியலனு எவ்வளவோ நாள் வருந்திட்டு இருந்த....
என்னதான் இருந்தாலும் இந்த ரியாலிட்டி லை:ப் (reality life) ஏத்துகிட்டு தான் ஆகனும்.... என் வீட்டுக்காரர் (Husband) கிட்ட நான் படிக்கவா னு கேட்டேன், அதுக்கு அவரு " அதெல்லாம் எதுக்கு..வீட்டில வேலைய பாரு" னு சொல்லிட்டாரு...!!
சரி இதுதான் நமக்கு அமைந்த வாழ்க்கை னு , அத ஏத்துகிட்டு வாழலாம் னு பார்த்தா... அதுக்குள்ள அவர் எறந்துட்டாரு!!!
20 வயசுல, கைல ஒரு குழந்தையோட அடுத்தது என்ன பண்ணுறதுனே தெரியாம தவிசிட்டு இருந்தா...
கடவுள் கிட்ட அழுகை: "எனக்கு எதுக்கு இப்படி ஒங வாழ்க்கை... இதுக்கு நீ என்ன சாகடித்து இருக்கலாமே....!"
அப்போது என் குட்டி பையன் என் கைய பிடிக்குறான்.
அவன் முகத்துல ஒரு சிறிப்பு...அத பார்த்ததும் இனி இவனுக்காகவே நம்ம வாழனும் னு எல்லா

கஷ்டத்தையும் என் பையன் சிறிப்புல புதச்சிட்டு, அவனுக்காகவே ஓட ஆரம்பிச்சிட்டேன்!

கொன்ஜம் நாள் எல்லாமே நல்லாத்தான் போச்சி..

ஆனா திடீர்னு , என் புருஷன் வீட்ல என் பையன கேட்டாங்க... என்னால தான் அவங்க பையன் எறந்ததாவும்.... அவருக்காக அவங்க பேரன் வேண்ணும் னு என் கிட்ட இருந்து என் பையன கூட்டிட்டு போய்டாங்க...

நீதிமன்றத்துல நானும் வழக்கு பதிவு பண்ண... என்னதான் என்பக்கம் நீதி இருந்தாலும், அங்க பணம் தான் பேசுச்சி! என் பையன என்கிட்ட இருந்து பிரிச்சு, என் கண்ணுக்கு படாத ஏதோ ஒரு ஊருக்கு கூட்டிட்டு போய்டாங்க..

இதுக்கு அப்புறம் எதுக்கு நம்ம வாழனும்... சாகலாம் னு முடிவு பண்ண...

வருண்: என்ன இதுக்கு அப்புறம் இதுல ஒன்னும் எழுதல! இதுக்கு அப்புறம் என்னாச்சுனே தெரியலையே...

சரி னு வருன் அந்த பொண்ண தேடி போறான்.... பார்த்தா அந்த பொண்ணு, மேனேஜர் கிட்ட தனியா பேசிட்டு இருக்கா...

வருண்: அந்த பொண்ண பார்த்து என்ன அந்த கதைய பாதிலையே முடிச்சிட்டு இருக்கிங்க... அந்த லேடிக்கு என்னாச்சு னு கேக்குறான்...

ஜனனி: வருண் கொஞ்சம் உக்காருங்க முதல, நான் உங்களுக்கு எல்லாமே சொல்லுறேன் னு சொல்றா....

வருணும் உக்காருரான்....

ஜனனி கதையை சொல்ல ஆரம்பிக்கறா....

அன்னைக்கு சாகலாம் னு முடிவு பண்ண கவித்தாவ மகாலட்சுமினு ஒருதவங்க காப்பாத்து நாங்க....

ஏம்மா சாக போறிங்கனு கேக்குறாங்க கவித்தா கிட்ட. கவித்தாவும் தன்னோட வாழ்க்கைல நடந்த எல்லாமே சொன்னாங்க.... சரி சாகுறதுலாம் தப்பு... என்னைக்காச்சும் ஒரு நாள் கண்டிப்பா நீங்க உங்க பையன பாப்பிங்கனு சொல்லிட்டு , மகாலட்சுமி தன்னோட வீட்டுக்கு கூட்டிட்டு போனாங்க, கவித்தாவுக்கு ஆறுதலாகவும் இருக்கும், அப்போ மகாலட்சுமி கர்ப்பிணியாக இருந்ததால, தனக்கு உதவியாக இருக்கும் னு கூட்டிட்டு போனாங்க அப்புறம் மகாலட்சுமிக்கு ஒரு பெண் குழந்தை பொறந்துது. கவித்தா அந்த குழந்தையை தன் குழந்தை போல வளர்த்தா.

ஜனனி: இப்போ அந்த குழந்தைக்கு 25 வயசு.... இந்த 25 வருஷ்ஷத்துல தான் அம்மா கூட இருந்தத விட கவித்தா கூட இருந்தது தான் அதிகம்.

என்னைக்காச்சும் ஒரு நாள், தான் சொந்த பொண்ணு மாதிரி வளத்த கவித்தா வோட கனவ நிறைவேற்ற மாட்டோமானு ஒரு பெரிய ஆசை அந்த பொண்ணுக்கு.

அவளும் பல நாள் போராட்டத்துக்கு பிறகு கவித்தாவின் பையன் வேலை பார்க்குற நிறுவனத்த கண்டு பிடிச்சிட்டா. ஆனா இந்த சந்தோஷமான விஷயத்த அவங்க கிட்ட சொல்லுறதுக்குள்ள அவங்க இறந்துடாங்க.

"17 வயசுல கல்யாணம், 18 வயசுல குழந்தை, 20 வயசுல புருஷன் இறந்துடாங்க, 21 வயசுல பெத்த புள்ளைய பிரிஞ்ஞாங்க, 25 வருஷமா என்னைக்காசும் தான் புள்ளைய மறுபடியும் பார்த்திட மாட்டோமானு மனசுல ஆயிரம் வலி இருந்தாலும் ஒரு சின்ன புன்னகையோடு

காத்திருந்தாங்க... கடைசி வரைக்கும் அது நிறைவேறாம போய்டுச்சு...
அதான் அட்லீஸ்ட் (குறைந்தபட்சம்) இந்த கதைலாம் அவங்க புள்ளைக்காச்சும் தெரியட்டும்னு தான் இந்த கதைய இங்க எடுத்துட்டு வந்தேன்.
ஆமாம் வருண், நான்தான் அந்த குட்டி பொண்ணு, கவித்தா வோட பையன் வேற யாரும் இல்ல, நீங்க தான்.
உங்கள பாக்கதான் உங்க அம்மா 25 வருஷமா காத்துட்டு இருந்தாங்க! அவங்க நினச்சு இருந்தா உங்க அப்பா இறந்ததும் வேற கல்யாணம் பண்ணிருக்கலாம், ஆனா கவித்தா தன்னோட 25 வருஷ வாழ்க்கைய உங்கள பாக்கவே காத்திருந்தாங்க.
இது உங்க மேனேஜர் கிட்ட வந்த முதல் நாளே சொல்லிட்டேன்...
மேனேஜர்: இப்போ எழுதுங்க வருண்.. ஒரு அம்மாவோட அன்பும், அக்கறையும் எவ்வளவு வலிமையானதுனு...!! அந்த அன்புக்கு என்னைக்குமே கண்கள் இல்லைனு....
எவ்வளவு கண்ணீர் இருந்தும் , எல்லா கண்ணீர்லையும் சந்தோஷத்தை தந்த தன்னுடைய அம்மாவின் கதையை எழுதி முடிக்குறான். அவங்க நிறுவனமும் மே 9 *அன்னையர் தினம்* அன்னைக்கு அவங்க அம்மாவின் கதையை வெளியிடுறாங்க...
வெளியிட்டதும் பொதுமக்கள் கிட்ட இருந்து எதிர்பாராத புகழ் மற்றும் நல்ல வரவேற்பு பெற்றது அந்த நூல். அந்நூலில் முதல் பக்கத்தில் தன்னுடைய தாயாரின் புகைப்படத்தை பதிவு செய்து, *என்றும் உன் அன்புடன் உன் மகன் வருண்* என்று பதிவு செய்யப்பட்டுள்ளது.

Aravindan.M

உத்ரசேனாவின் காதல்

அரண்மனையில் அரசர் தன் ஒரே மகள் உத்தரசேனாவிற்கு திருமணம் செய்ய அமைச்சர்களிடம் இளவரசர்களை அழைத்துக்கொண்டு வரச்சொன்னார். அரசரின் வாய்மொழி ஏற்று அமைச்சர்களும் இளவரசர்களை அழைத்து வந்தார்கள். இதை பார்த்த உத்ரசேனா

தந்தையே எனக்கு திருமணம் செய்து கொள்ள விருப்பமில்லை மீண்டும் மீண்டும் இளவரசர்களை அழைத்துக்கொண்டு வராதீர்கள் என்றாள்.என் மகளே உத்தரசேனாவே உனக்கு திருமணம் வேண்டாம் என்பதற்கு காரணம் என்னவென்று கேட்டார்.உத்தரசேனாவோ நான் ஒருவரை உயிராக காதலிகின்றேன் என்று கூறினாள். அதற்கு அரசரோ இதை நீ முன்பாகவே என்னிடம் தெரியப்படுத்தியிருக்கலாம் நான் ஏற்றுக் கொண்டு இருப்பேன் ,சரி அவரை நீ வரச்சொல் என்றார். ஆனால் தந்தையே இன்று அவர் உயிரோடு இல்லை, போர் நடந்து கொண்டு இருந்த அந்த சூழ்நிலையில் மார்பில் அம்பு பட்டு வீரமரணமடைந்தார் என்று அவள் கூறவும்.அரசர் அவர்தான் இறந்து விட்டாரே பின் அழுதாலும் அவர் திரும்பி வரப்போவதில்லை ,உனக்கு நான் செய்ய வேண்டிய கடமைகளை செய்கிறேன், நாளை மறுநாள் உனக்கும் நெடுநாட்டு இளவரசருக்கும் உனக்கும் திருமணம் இவையாவும் உன் வாழ்க்கைக்குத்தான் இந்த முடிவு என்று அரசர் கூறிவிட்டார். தந்தையே அவர் இறந்தது இந்த உலகிற்கு மட்டும்தானே தவிர என் மனதிற்கு அல்ல அவரை மட்டும் தான் என் மனம் காதல் செய்கின்றது என்று கூறிவிட்டு சென்றுவிட்டாள்.நெடுநாட்டு இளவரசரிடம் நீங்கள் திருமணத்திற்கு ஏற்பாடு செய்யுங்கள் இந்த திருமணம் நடக்கும் என்றார் அரசர். நெடுநாட்டு இளவரசரும் சரிங்க அரசரே நாங்கள் ஏற்பாடு செய்கிறோம் என்று கூறி சென்றுவிட்டார்.பிறகுதிருமணம் அறிவித்த நாளும் வந்தது , தோழிகள் உத்ரசேனாவை அலங்கரித்து

மணமேடைக்கு அழைத்து
வந்தார்கள்.உத்ரசேனாவோ தன் தந்தையிடம் அப்பா நீங்கள் அம்மா இல்லாத குறையையும் அம்மாவாக அரவணைத்து என்னை வளர்த்தீர்கள் , உங்களை வானம் போன்று அளவில்லாமல் எனக்கு பிடிக்கும் அப்பா, ஆனால் நான் காதலித்தவரை மட்டும் தான் திருமணம் செய்து கொள்ளவேன் !இந்த
ஜென்மம்தான் என்னால் அவரோட வாழ முடியாமல் போகிவிட்டது என்று கூறி அங்கிருந்த விளக்கினால் ஒரு புன்னகை கொண்டு தற்கொலை செய்து கொண்டாள்.அரசரோ உனக்கு வாழ வாழ்க்கையை கொடுக்கமட்டும்தான் ஆசை பட்டேன் ,இப்படி நீ வாழ்க்கையை முடித்துக் கொள்ளும் அளவிற்கு அவர் மீது காதல் கொண்டு முடிவெடுப்பாய் என்று எனக்கு தெரியமால்
போனதே என்று வருத்தப்பட்டார் அரசர்.

செ.சினேகா

காதல் வலி

ரவிக்கு அன்று காலை முதல் நிறைய மீட்டிங்குகள் இருந்ததால் அவனால் அங்கு இங்கு கூட அசைய முடியவில்லை. எப்போது மீட்டிங் முடிந்து வீடு திரும்புவோம் என்று இருந்தது. அவனுக்கு தலை வலிக்க தொடங்கியது. அவன் ஒரு கலெக்டர்.

மிகவும் கஷ்டப்பட்ட குடும்பம் அவனுடையது. அப்பா இல்லை, அம்மாவும் இரு தங்கைகளும் தான். அத்தனை வறுமையிலும் மிகவும் கஷ்டப்பட்டு படித்து அவனது விட முயற்ச்சியால் இந்த நிலமைக்கு வந்து இருந்தான். அதற்கு அவன் பட்ட கஷ்டம் அவனுக்கு மட்டும் தான் தெரியும். எத்தனையோ நாட்கள் உணவு கூட இல்லாமல் படித்து இருக்கிறான். அவன் பள்ளி கல்லூரி நாட்களில் பாதி நாட்கள் லைப்ரரியில் தான் செலவிட்டு இருப்பான். எப்போதும் புத்தகங்களுடன் தான் இருப்பான். அவனுக்கு எப்போதும் துணை புத்தகங்கள் தான். மீட்டிங் முடிந்து ஒருவழியாக கிளம்பினான்.

அவன் காரில் வரும்போது தான் பல வருடங்கள் கழித்து அவளை மறுபடியும் பார்த்தான். அவள் தன் மகளுடன் ஒரு பேருந்து நிலையத்தில் பேருந்திற்காக காத்திருந்தாள். அவள் பெயர் கயல்விழி. அவனுடன் கல்லூரியில் படித்தவள். அவனை கடந்தவன் சற்று தூரம் சென்றதும் காரை நிறுத்த சொன்னான் தன் ஒட்டுனரிடம். கார் இப்போது அவர்களை நோக்கி பின்னால் சென்றது. அவனை காரில் பார்த்ததும் அவள் சற்று திகைத்தாள். காரிலிருந்து இறங்கியவன் அவளிடம் சென்றான்.

“என்ன இந்த பக்கம். எப்படி இருக்கமா” என மென்மையாக வினவினான். அவள் அவனைப் பார்த்து முறுவலித்தாலும் அதில் அத்துணை சந்தோஷம் இருந்ததாக தெரியவில்லை அவனுக்கு. சற்று நேரம் அவளை பற்றி விசாரித்தவன் அவளிடம்,

“எவ்வளவு நேரம் தான் காத்திருப்ப. என் கார்ல ட்ராப் பண்ண சொல்றேன். போய் இறங்கிக்க” என்றவன் தன் ஓட்டுனரிடம்,
“அவர்கள் விலாசம் விசாரித்து வீட்டில் இறக்கிவிட்டு வா. அதுவரை நான் இங்கேயே காத்திருக்கிறேன் “ என்றான்.
அவளுக்கும் அதே எண்ணம் தான் எத்தனி நேரம் தான் காத்திருப்பது என நினைத்தவள் வேறு வழியில்லாமல் அவன் காரில் ஏறிசென்றாள்.
அவளை அனுப்பியதும் அவன் அந்த பேருந்து நிலயத்திலேயேஒரு இடம் தடி அமர்ந்து ஒரு சிகரெட்டை பற்ற வத்திக் கொண்டான். அவன் எண்ணம் பின்னோக்கி ஓடியது.
கல்லூரியில் படிக்கும்போது அவன் வறுமை சொல்ல முடியாத அளவுக்கு இருந்தது. அவன் பாதி நாட்கள் ஒரு வேளை தான் உண்பான். ஆனால் படிப்பில் கெட்டி. அவனை மிஞ்ச அப்போது ஆளில்லை. எப்போதும் படிப்பு, படிப்பு, படிப்பு மட்டும் தான். அப்படி இருந்தவனையும் தன் கருவிழியால் அசைத்தவள் தான் கயல்விழி. அவன் இருக்கும் இடம் தேடி தேடி வந்து பேசுவாள். அவனிருக்கும் இடத்தை சுற்றியே இருப்பாள். மிகவும் அவன் கவனம் ஈர்த்தாள். அவன் நண்பர்களும் அவனை உசுப்பினார்கள். அவள் இவனைத்தான் காதலிக்கிறாள் என்று. இவனும் அதை நம்பினான். மனதில் காதல் வளர்த்தான். அவளை அவனுக்கு மிகவும் பிடிக்கும். அவளை பார்த்தது முதலே ஒரு வித ஈர்ப்பு வந்தது அவனுக்கு. அவளின் கருவிழியும், நீண்ட தலை முடியும், அவள் பேசினால் கூட பேசும் விழிகளும், கலகலப்பான

பேச்சும், நேர்த்தியான உடையும் அவனை வெகுவாக கவர்ந்தது.

அவளின் மேல் அவன் காதல் பெருக்கெடுத்து ஓடியது. கல்லூரி முடியும் முன் அவளிடம் தன் காதலை சொல்லியே தீரவேண்டும் என நினைத்தான். அன்று அவளை பார்த்து தன் காதலை வெளிப்படுத்தினான். அன்று தான் அவளின் சுயரூபம் கண்டான். இவன் காதலை சொன்னது தான் தாமதம்,
“என்ன நெனச்சிட்டு இருக்க. உன்ன மாதிரி ஒரு அன்னாடங்காச்சிய யாரு விரும்புவா. ஒரு வேள சாப்படுக்கு கூட வழியில்லாம கஷ்டபடர நீயெல்லாம் லவ் பண்ணலாமா. உனக்கு என்ன தகுதி இருக்கு என்ன நெனச்சு பாக்க. எந்த தைரியத்துல உன் காதல வேற சொல்ல வந்துட்ட. நான் யாருனு நெனச்ச. எங்கப்பா யாரு தெரியுமா. நான் எப்படிலாம் வாழணும்னு பெரிய கனவுல இருக்கேன்னு தெரியுமா. போயும் போயும் உன்னயா கல்யாணம் பண்ணிப்பேன். ஆசையபாரு. அசைபடறதுக்கு ஒரு தராதரம் வேணாம்” என வார்தையால் அவனை வதைத்து சென்றாள். அமைதியாக நின்றான் அவன். அவன் காதல் இப்படி முடியும் என அவன் கனவிலும் நினைக்கவில்லை. அவன் நிலை கண்டு கூட அவன் கலங்கியதில்லை. எப்படியும் தன் படிப்பு தன்னை பெரிய இடத்திற்கு கொண்டு வரும் என்ற நம்பிக்கை அவனுக்குள் திடமாக இருந்தது. தன் வறுமையை காரணம் காட்டியது தான் அவனுக்கு வலித்தது. அது அவன் தவறில்லையே. அவள் அந்த காயம் அவன் மனதில் சிறிதும் மாறவில்லை இன்றளவும். இப்போது அவள்

அவ்வளவு வசதியாக இல்லை என்பதை விசாரித்து தெரிந்து கொண்டான். இன்று அவளை விட தான் அந்தஸ்தில் உயர்ந்து இருந்தும் அதை அவளிடம் சொல்லிக் காட்ட அவனுக்கு மனம் வரவில்லை. இருந்தும் அவள் உண்மை சொரூபம் அன்று வெளிப்பட்டததை நினைத்து அவனுக்கு அழுவதா சிரிப்பதா என தெரியவில்லை. அப்போதும் அவனுக்கு தன் நிலை கண்டு சிரிப்பு தான் வந்தது. என்ன தான் இருந்தாலும் அவள் மீது அவன் கொண்ட காதல் உண்மை தான். இன்று வரை அது மாறவில்லை. காதல் என்ற வார்த்தைக்கு அவள் கொடுத்த அர்த்தம் அவனை காதலின் பக்கமே திரும்பவிடவில்லை. காதலுக்கு மனம் மட்டும் போதும் என்ற எண்ணம் அறியாதவளை, தன் காதலை உணராதவளின் வார்த்தைகள் ஏற்படுத்திய வலி தழும்பாக இருந்தது அவன் மனதில். அவள் தன் காதலை ஏற்காதது நினைத்து வருத்தம் இருந்தாலும் இப்படி ஒரு பெண்ணிடம் இருந்து தன் வாழ்வு தப்பித்ததை நினைத்து மெலிதாக புன்னகை பூத்தது அவன் முகத்தில். காதல் வலியிலும் அவன் மனம் இன்று தெளிந்து இருந்தது.

N.R.Seethalakshmi

www.ingramcontent.com/pod-product-compliance
Lightning Source LLC
LaVergne TN
LVHW030740191026
850499LV00046BA/2084

* 9 7 8 9 3 9 1 4 2 3 0 6 3 *